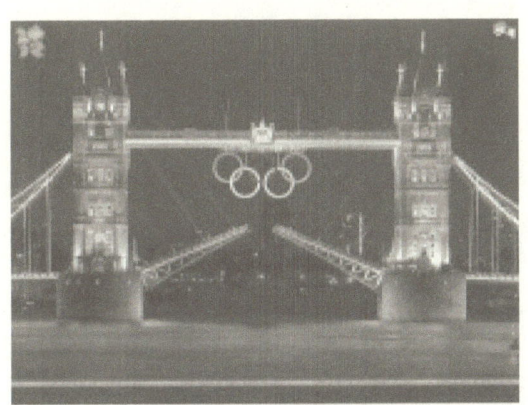

थेम्सच्या किनाऱ्यावरून

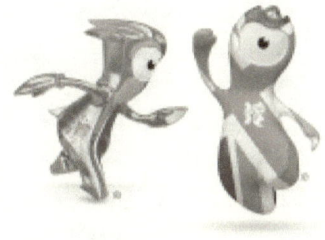

दिलीपराज प्रकाशन प्रा. लि.™
२५१ क, शनिवार पेठ, पुणे -४११०३०

दिलीपराज प्रकाशनाची सर्व पुस्तके आता आपण *Online* खरेदी करू शकता.
आमच्या **Website** ला कृपया अवश्य भेट द्या. **www.diliprajprakashan.in**
दूरध्वनी क्रमांक (फॅक्ससहित)- २४४७१७२३, २४४८३९९५, २४४९५३१४
info@diliprajprakashan.in

थेम्सच्या किनाऱ्यावरून

क्रिकेटमय असलेले द्वारकानाथ संझगिरी हे ऑलिम्पिक कुंभमेळ्याचेही वारकरी आहेत. एकदा तरी ऑलिम्पिकचा अमृतानुभव लुटायचा, या ध्येयाने त्यांनी लंडन गाठले. थेम्सच्या किनाऱ्यावर भटकताना त्यांना घडलेली लंडन ऑलिम्पिकची ही अनोखी सफर...

द्वारकानाथ संझगिरी

दिलीपराज प्रकाशन प्रा. लि.™
२५१ क, शनिवार पेठ, पुणे -४११०३०

थेम्सच्या किनाऱ्यावरून
Themeschya Kinaryawarun

ISBN - 978 - 93 - 82988 - 50 - 2

प्रकाशक
राजीव दत्तात्रय बर्वे । मॅनेजिंग डायरेक्टर । दिलीपराज प्रकाशन प्रा. लि.
२५१ क, शनिवार पेठ, पुणे ४११०३० ।
दूरध्वनी : २४४८३९९५, २४४७१७२३ (सर्व फॅक्ससहित)

© प्रकाशकाधिन ।

प्रकाशन दिनांक । १ ऑक्टोबर २०१३

प्रकाशन क्रमांक । २०७२

टाईपसेटिंग । सौ. मधुमिता राजीव बर्वे । पितृछाया मुद्रणालय ।
९०९ रविवार पेठ, पुणे ४११००२।

मुद्रितशोधन । मिलिंद बोरकर, पुणे

मुखपृष्ठ । सुहास चांडक

माझ्या शाळेतल्या, कॉलेजतल्या, तसंच, ज्यांचं लिखाण वाचून मी लिखाण शिकलो, वक्तृत्वकला साध्य करण्याचा प्रयत्न केला. त्या गुरुजनांना हे पुस्तक अर्पण.

शाळेत खाल्लेल्या छड्या किंवा सरांचे धपाटे ह्यांची पुढच्या आयुष्यात फुलं बनतात हे जाणवलं.

लिखाण आणि बोलणं तर मला कुणी शिकवलंच नाही. एकलव्याप्रमाणे लांबून मी शिकलो.

पण मी एका बाबतीत एकलव्यापेक्षा नशिबावान होतो. माझ्याकडे कुणी हाताचा अंगठा मागितला नाही.

प्रस्तावना

'थेम्स किनाऱ्यावरून' हे २०१२ च्या लंडन ऑलिंपिकवरचं पुस्तक वाचकांच्या हाती देताना मला प्रचंड आनंद होतोय. तसं हे माझं एकोणिसावं पुस्तक, पण ऑलिंपिकवरचं पहिलं.

लंडन हे माझं एक अत्यंत आवडतं शहर. सुंदर, शिस्तबद्ध, सुसंस्कृत, बहुरंगी आणि बहुढंगी. देवाला आजही मी पुढचा जन्म मुंबईत होऊ देत, पण लंडनमध्ये वर्षातून एकदा किमान महिनाभर राहायला मिळू देत असं म्हणत असतो. ऑलिंपिक्सच्या काळात सेंट्रल लंडन फुलून गेलं होतं. हे लंडनचं हृदय. तिथून थोडे दूर गेलात, तर लंडनमध्ये ऑलिंपिक्स आहे, असं वाटलंसुद्धा नसतं. स्ट्रॅटफोर्ड स्टेशन, जिथे ऑलिंपिक स्टेडियम होते, तिथे पाऊल ठेवल्यावर, आपणही ऑलिंपिकचा एक भाग होऊन जायचो.

त्या मंतरलेल्या दिवसांत मी दै. सामना आणि दै. तरुण भारत (बेळगाव) साठी रोज एक स्तंभ लिहीत होतो. तत्पूर्वी मी अमेरिकेत (यूएस्) होतो. त्यामुळे अमेरिकेची तयारीसुद्धा वाचनात

होती. इंग्लंडची पत्रकारिता ही आजही एक ज्ञानगंगा आहे. पाहणं, वाचणं, विचार करणं (मी चिंतन म्हणत नाही; तेवढा मी मोठा नाही.) ह्यातून हे स्तंभ लिहिले गेले. मी व्यवसायाने इंजिनिअर असल्यामुळे खेळातलं विज्ञान, त्याचा करायला मिळालेला अभ्यास, माझी स्वतःची अधूनमधून इतिहासात डोकावायची सवय वगैरे गोष्टींचा प्रभाव ह्या स्तंभावर दिसेल. पुस्तकासाठी म्हणून मी लेखनाचा 'काळ' बदललेला नाही. ती डायरी आहे. त्यामुळे आज घडलं, काल घडलं, परवा घडलं– असे उल्लेख सापडतील. डायरीचा फील तसाच ठेवण्यासाठी मी त्यात बदल केलेला नाही.

ही डायरी वाचताना, माझं बोट धरून ऑलिंपिकमधून फिरून आल्यासारखं वाटलं, तर माझं बोट धन्य होईल.

हे पुस्तक सुंदर करण्यात रेखाकार (डिझाईनर) सुहास चांडक, काकदृष्टीने चुका शोधण्यात उत्तम मुद्रितशोधक श्री. मिलिंद बोरकर ह्यांचा हातभार मोठा आहे.

हे लेख पुस्तकरूपाने वाचकांसमोर आणण्यात दिलीपराज प्रकाशनाचे मालक श्री. राजीव दत्तात्रय बर्वे त्यांचे सहकारी ज्युली मॅडम व इतर सहकारी वगैरेंनी जी मदत केली, ती अमूल्य आहे.

पण तुम्हा माय-बाप वाचकांचा ह्या माझ्या वेगळ्या प्रयत्नाला प्रतिसाद मिळाला, तर आम्हाला सर्वांना सुवर्णपदक मिळाल्यासारखं वाटेल. आम्ही भारताप्रमाणे रजत किंवा कांस्यपदकावर समाधानी नाही.

— द्वारकानाथ संझगिरी

अनुक्रमणिका

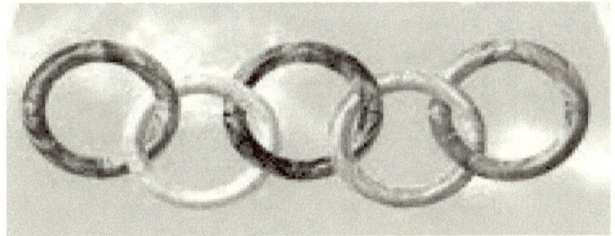

थेम्सच्या
किनाऱ्यावरून

१. ऑलिंपिकचा बदललेला अर्थ

"सर्व खेळाडूंच्यावतीने मी अशी शपथ घेतो/ घेते की, आम्ही ह्या ऑलिंपिक खेळामध्ये सहभागी होऊ. त्यांच्या सर्व नियमांचे आदराने पालन करू— खऱ्या खिलाडूवृत्तीला अनुसरून आमच्या संघाचा मान आणि खेळाची शान याकरिता..."

ह्या शपथेने लंडन ऑलिंपिक्स सुरू होईल.

फ्रान्सच्या त्या द्रष्ट्या बरून द कुबर्टिनने हेच तर ध्येय डोळ्यांसमोर ठेवून काळाच्या उदरात गाडलं गेलेलं ऑलिंपिक्स बाहेर काढलं होतं. त्याला पुनर्जन्म दिला होता. ऑलिंपिक्स भरवायचं स्वप्न १८९२मध्ये जेव्हा त्याने पाहिलं, तेव्हा तो फक्त २९ वर्षांचा होता. युरोपातली युद्धं पाहताना त्याचं मन विदीर्ण होत होतं. कुबर्टिन हा लढवय्या कुटुंबातला. त्याच्या घराण्याने मिलिटरीला वाहून घेतलं होतं. पण तरीही जर्मनांनी फ्रान्सवर हल्ला करून त्यांची अन्नान्न दशा केल्यावरही सूडाची भावना त्याच्यात जागृत झाली नाही. त्याला शांतता हवी होती आणि खेळातून त्याला मैत्री वृद्धिंगत करायची होती. राष्ट्रप्रेमातून निर्माण होणारं शौर्य त्याला युद्धभूमीवर पाहायचं नव्हतं. मैदानावर ते शौर्य पाहायला तो आसुसला होता. हे ऑलिंपिक्सचं स्वप्न त्याने अवघ्या चार वर्षांत पुरं केलं.

नवं ऑलिंपिक्स 'ऑलिंपिया'मध्ये भरवणं कठीण होतं, कारण तिथे

ती अशा उंचीवर पोहचली जिथून फक्त पडणच शक्य होतं.

जुन्या ऑलिंपिक्सचे अवशेष सापडले तरी आधुनिक सुविधा आता तिथे उपलब्ध नव्हत्या. मग अथेन्सची निवड झाली आणि ५ एप्रिल १८९६ ला ग्रीसच्या राजाने पहिल्या आधुनिक ऑलिंपिक खेळांची फीत कापली. यात दहा खेळांच्या फक्त ४२ क्रीडा स्पर्धा झाल्या होत्या आणि त्यांत २८५ खेळाडूंनी भाग घेतला होता. त्यांत कुठल्याही सांघिक खेळाची स्पर्धा नव्हती.

पण आज पुलाखालून पुष्कळ पाणी गेलंय. खेळ वाढले, स्पर्धक वाढले. सर्व काही बदललं, पण काही गोष्टी तशाच राहिल्या. पहिल्या ऑलिंपिक्सच्या वेळी फ्रान्सने जर्मनीच्या सहभागाला विरोध केला होता. कुबर्टिनने तो मोडून काढला. पण आजही तो रोग पूर्ण बरा झालेला नाही.

सेंट लुईसला १९०४ मध्ये ऑलिंपिक्स भरवताना पैसा उभारण्यासाठी कुबर्टिनला सेंट लुईस वर्ल्ड फेअरची मदत घ्यावी लागली. ऑलिंपिक स्पिरिटच धंदेवाईकपणाच्या मिठीत चाललंय, ह्याची त्याला कल्पना होती. पण ऑलिंपिक्स स्पर्धा जगवण्यासाठी त्याची आवश्यकता होती. कदाचित म्हणूनच तो स्वत: त्या

स्पर्धेला हजर राहिला नाही. पण आज तर व्यापारीकरण एवढं वाढलंय की, त्या मगरमिठीतून ऑलिंपिक्स कधीच बाहेर पडू शकणार नाही. ऑलिंपिक्सचा खर्च एवढा वाढलाय की, व्यापारीकरणाशिवाय ऑलिंपिक्स जगवणं शक्यच होणार नाही.

खेळाडूंचा 'हौशीपणा'ही आता तसा संपलेला आहे. तो संपणं तशी काळाची गरज होती. चार सुवर्णपदकं मिळवूनही पोटातली आग विझवण्यासाठी ओवेन्सला नंतर घोड्यांबरोबर शर्यती खेळाव्या लागल्या. कार्ल लुईसवर ती वेळ आली नाही. आज ऑलिंपिक्स मेडल ही फावल्या वेळात सराव करून मिळणारी गोष्ट नाही. प्रत्येक सुवर्णपदकाच्या मागे एका आयुष्याची तपश्चर्या असते.

नादिया कोमानेसीने दोन ऑलिंपिक्समध्ये पाच सुवर्ण, तीन रौप्य आणि एक कांस्यपदक मिळवलं; पण त्यासाठी तिला बालपण आणि तारुण्याची आहुती द्यावी लागली.

सबॅस्टियन कोने सराव करताना नाताळचीसुद्धा रजा घेतली नाही. कडाक्याच्या थंडीतही त्याला धावायला लागायचं. त्याच्या भुवयांवर बर्फ जमा व्हायचा, पण तरीही त्याला सराव सोडणं शक्य नव्हतं. त्या तपश्चर्येची किंमत होती दोन सुवर्णपदकं आणि दोन रौप्यपदकं.

एमिल झाटोपेक अक्षरश: बर्फातून, चिखलातून आणि दाट जंगलातून मिलिटरीचे जाड बूट घालून धावायचा; तेव्हा कुठे चार सुवर्णपदकं त्याच्या गळ्यात लटकली.

ही फक्त तीन उदाहरणं चट्कन आठवलेली. शेकडो खेळाडूंनी असं आयुष्य वाहूनही त्यांना हात हलवत परत जावं लागलंय. आणि एवढं करून त्यांना पुढच्या आयुष्यात झगडावं लागणार असेल, तर त्याला काय अर्थ आहे?

नंतर एक काळ असा आला की, दोन महासत्तांमधल्या शीतयुद्धाचा ऑलिंपिक्सवर परिणाम व्हायला लागला. जग दोन महासत्तांत विभागलं गेलं. एक अमेरिकन गट, दुसरा साम्यवादी गट. खेळाचं मैदान हे शीतयुद्धाच्या लढाईचं मैदान ठरायला लागलं. मग १९८० च्या मॉस्को ऑलिपिंक्सवर अमेरिकन आणि त्यांच्या मित्र राष्ट्रांनी बहिष्कार टाकला. त्याचं प्रत्युत्तर सोव्हिएट युनियनने लॉस एंजलिस ऑलिंपिक्सवर बहिष्कार टाकून दिलं. एक काळ होता (इसवी सनपूर्व काळ), जेव्हा युद्ध थांबवून ऑलिंपिक भरवलं जायचं.

...आणि ह्याचमुळे जेव्हा एखाद्या बहिष्कारामुळे खेळाडूच्या मेहनतीवर पाणी फिरलं जातं, तेव्हा केवढ्या मानसिक यातना त्याला होत असतील? मॉंट्रियल ऑलिंपिक्सवर १९७६ मध्ये तीस आफ्रिकन राष्ट्रांनी बहिष्कार टाकला; तेव्हा केनियाचा आठशे मीटर्सचा सितारा सॅम्युअल रिग्रुगट रडकुंडीला येऊन म्हणाला, "एक नेता— ज्याला ट्रॅकचा रंगसुद्धा कसा असतो, हे माहीत नसतं, तो— हुकूम सोडतो आणि चार वर्षांच्या आमच्या मेहनतीवर पाणी फेरलं जातं."

बदललेल्या काळाबरोबर काही मूलभूत गोष्टीही बदलल्या. पूर्वीच्या ऑलिंपिक्स स्पर्धा व्यक्तिगत श्रेष्ठत्वासाठी होत्या. आपण त्याला राष्ट्रीय स्वरूप दिलं. राष्ट्रगीत, राष्ट्रध्वज ह्यांचा स्पर्धेत समावेश झाला. त्यामुळे व्यक्तीचं महत्त्व कमी व्हायला लागलं. पावो उर्मी, मार्क स्पिट्झसारखी एखादी व्यक्ती प्रचंड पराक्रम गाजवून राष्ट्रापेक्षा मोठी ठरते. पण तरीही शेवटी राष्ट्राचीच पदकं मोजली जातात. त्यामुळे जिथे राष्ट्रीय प्रतिष्ठेचा प्रश्न येतो, तिथे खेळाची नैतिक पातळी ढासळताना दिसते. लबाडी वाढते, फसवणूक वाढते. परफॉर्मन्स वाढवण्यासाठी ड्रग्जचा आधार घेतला जातो. आरोप-प्रत्यारोप होतात.

मागे एकदा एका ब्रिटिश मासिकाने एक गौप्यस्फोट केला होता. त्याचं म्हणणं होतं की, 'जास्तीत जास्त पदकं साम्यवादी राष्ट्रांकडे राहण्यासाठी रशिया आणि पूर्व जर्मनीने एक कट रचलाय. ज्या खेळात रशियाची दादागिरी चालते, तिथे पूर्व जर्मनीने जास्त रस घ्यायचा नाही. जिथे पूर्व जर्मनीची मक्तेदारी आहे, तिथे रशियाने चार हात दूर राहायचं.' त्यात अशक्य काही नाही. कारण एका विशिष्ट दृष्टिकोनातून ऑलिंपिक्सकडे पाहिलं की, ह्या गोष्टी अपरिहार्य ठरतात. सन १९७२ मधील म्युनिच ऑलिंपिक्सच्या वेळी पूर्व जर्मनीचं घोषवाक्य होतं, 'म्युनिच जरी पश्चिम जर्मनीचं असलं, तरी पदकं पूर्व जर्मनीची आहेत.' तर, ह्या अशा गोष्टींचा त्यातून उगम होतो आणि ऑलिंपिक स्पिरिट लोप पावत जातं.

दोन जर्मनींमधली भिंत १९८९ नंतर तुटली. जर्मनी एक राष्ट्र झालं. सोव्हिएट युनियनचे तुकडे झाले. साम्यवाद जवळजवळ खालसा झाला. त्यानंतर मोठे बहिष्कार थांबले. तरीही उदात्त ऑलिंपिक स्पिरिट ठायी-ठायी दिसतं, असं नाही; उलट ऑलिंपिक स्पिरिटचा अर्थ बदलत चाललाय.

कुबर्टिनने एकदा लिहिलं होतं, 'ऑलिंपिक्समध्ये जिंकणं, ही महत्त्वाची गोष्ट नाही; त्यात भाग घेणं, ही महत्त्वाची गोष्ट आहे. आयुष्यात जिंकणं

महत्त्वाचं नाही, पण जिद्दीने लढणं महत्त्वाचं आहे. बलवान, अधिक पराक्रमी आणि उदार अंत:करणाची माणसं निर्माण करण्यात ह्या तत्त्वाची मदत होणार आहे.'

ही कल्पना आजच्या जगात जुनाट झालेली आहे. घडतंय ते उलटंच.

बरून द कुबर्टिन

२. स्टेडियम्स नव्हेत, फोल्डिंग फर्निचर!

ऑलिम्पिक भरवणं हे फायद्याचं असतं की तोट्याचं? दोन गोष्टींवर अवलंबून आहे तुमचं मत! तुमचा चष्मा आणि तुमच्या अपेक्षा! चष्म्यातून तुम्हाला उधळण दिसू शकते आणि भविष्यात मिळणारा लाभसुद्धा! तुम्ही विचार कसा करता, ह्यावर यशापयश ठरतं. चिखलातल्या कमळाकडे पाहताना, कमळाचं कौतुक करायचं की चिखलाला नावं ठेवायची— हे तुम्ही ठरवायचं.

लंडन ऑलिम्पिकने अनेकांच्या अपेक्षांना गरुडाचे पंख दिले आहेत. ऑलिपिंक स्टेडियमपासून काही यार्डांवर मिस्टर लार्न्स फोरमनची 'फिश स्मोकिंग'ची फॅक्टरी आहे. त्याने पंधरा लाख पौंड टाकून ती वाढवली. रेस्टॉरंट टाकलं. एक मनोरंजन केंद्र सुरू केलं. तो म्हणतो, ''मी जुगार खेळलोय. कारण, आयुष्यात पुन्हा कधी दुकान किंवा हॉटेलसमोर ऑलिपिंक स्टेडियम असणार? काळच ठरवेल की, मी मोठा जिनियस ठरणार की महामूर्ख!''

देशाचंही तसंच असतं. ऑलिम्पिक भरवणं, ही सागरात घेतलेली उडी आहे. मोती मिळणार की शार्क माशाचं तुम्ही खाद्य बनणार, हे काही काळानंतर लक्षात येतं. इंग्लंडने ऑलिम्पिक स्टेडियम्स आणि स्पर्धांची स्थळं बांधण्यात साडेसहा बिलियन पौंड्स खर्च केले. तसेच कित्येक बिलियन पौंड पूर्व लंडन सुधारण्यात वापरले गेले. ह्याचा फायदा भविष्यातच दिसू शकतो. खेळ संपल्यानंतर अकरा हजार घरं तयार होतील, आठ हजार बेकारांना कायमस्वरूपी काम

लंडन ऑलिम्पिक स्टेडियम

मिळेल, अशी सरकारची अपेक्षा आहे. ही स्वप्नं नेहमी पूर्ण होतातच, असं नाही. सिडनी किंवा बीजिंगचं स्वप्न कुठे पूर्ण झालं? सन २००० च्या सिडनी ऑलिम्पिक्सनंतर सिडनीचं ऑलिम्पिक पार्क पांढरा हत्ती ठरलं. शेवटी त्याचं मनोरंजनाचं आणि बिझनेसचं सेंटर झालं. सन २००४ च्या अॅथेन्स आणि २००८ च्या बीजिंग ऑलिम्पिकची स्टेडियम्स नंतर ओस पडली. लंडनने हा विचार करून काही काळजी घेतली आहे. लंडनच्या नव्या स्टेडियममध्ये २५० एकरांची खुली जागा आहे. अद्ययावत खेळांच्या सुविधा आहेत आणि जे ऑलिम्पिक व्हिलेज आहे, त्यातून पुढे २८०० फ्लॅट्स तयार होतील, अशी सोय आहे. प्रमुख स्टेडियममध्ये आज ८० हजार प्रेक्षक बसू शकतात. पण, पुढे त्याची गरज पडतेच, असं नाही. म्हणून ऑलिम्पिकनंतर स्टेडियम्सच्या वरच्या बाजू काढून टाकता येतील, अशी सोय आहे. आणि मग ते २५ हजार प्रेक्षकांचे स्टेडियम राहील. तिथं मग खेळाच्या स्पर्धा किंवा संगीत रजनी भरवता येईल, असा त्यांचा विचार आहे. थोडक्यात, 'फोल्डिंग फर्निचर'प्रमाणे त्यांनी बऱ्याच ठिकाणी 'फोल्डिंग सुविधा' तयार केल्या आहेत. काम झालं की, चंबुगबाळं उचलायचं

आणि दुसरीकडे संसार उभा करायचा! सिडनी, अथेन्ससारख्या शहरांना लागलेली ठेच पाहून लंडनने हा विचार केला. त्यांना ठेच लागून विव्हळायचं नाही.

त्याचबरोबर त्यांना पूर्व लंडनचा कायापालट करायचा आहे. मी लंडनला साधारण १९८३ पासून जातोय. गेल्या तीस वर्षांत मी लंडनच्या पूर्व विभागाला फार मोठी कात टाकताना पाहिलंय. हा कायापालट आपल्या मुंबईच्या लालबाग-परळ, वरळी विभागाच्या कायापालटासारखा आहे. पूर्वी पूर्व लंडन हे उच्चभ्रू आणि सुखवस्तू लंडनच्या शरीरावरचा एक मोठा गजकर्णाचा डाग होतं. तिथे गोदी होती. चामडं कमावण्याचे उद्योग होते. खूप इंडस्ट्री असल्यामुळे तिथे दुसऱ्या महायुद्धात प्रचंड बॉम्बहल्ले झाले. सन १९६० नंतर गोदी बंद झाली. बेकारी वाढली. तिथे उपरे येऊन राहायला लागले. ब्रिटिश सरकारने ऑलिम्पिक्सचा उपयोग करून गजकर्ण बरा करायचं ठरवलं. ऑलिम्पिकनंतर तिथे एक नवं पूर्व लंडन उभं राहिलं. स्वच्छ, नवी घरं! मुख्य लंडनला जोडणाऱ्या गतिमान रेल्वेसह! शाळा, नवी कॉलेजं, नवी हॉस्पिटल्स, नवी सामाजिक केंद्रे! सध्या नुसतं प्रेस सेंटर ९१ हजार चौरस फुटांचं आहे. त्याचं रूपांतर नंतर कमर्शियल प्रॉपर्टीमध्ये केलं जाणार आहे.

लंडनची ही सर्वच स्वप्नं पूर्ण होतील, असं नाही. कारण, सात वर्षांपूर्वी ‘लंडन’ने ऑलिम्पिक्सचा ‘पण’ जिंकल्यानंतर आर्थिक पुलाखालून भरपूर पाणी गेलंय. आर्थिक मंदी, ग्रीसची इकॉनॉमी कोसळणं, ह्यामुळे अपेक्षेप्रमाणे खासगी कंपन्यांनी पैसे ओतले नाहीत. पूर्व विभागातली बेकारी वाढली. ती ऑलिम्पिकच्या येण्यामुळे कमी झालेली नाही. गेल्या वर्षी ती ५.८ टक्के होती, ती ६.५ टक्क्यांवर गेली आणि हा टक्का लंडनच्या इतर भागांतल्या टक्केवारीपेक्षा २.२ टक्क्यांनी जास्त आहे. आपल्याप्रमाणे इंग्लंडमध्येही ऑलिम्पिक भरवण्याला विरोध करणारी मंडळी आहेत. ऑलिम्पिकच्या संधीचा फायदा उचलून संपावर जाण्याची धमकी देणारे कामगार आहेत. आयोजनात त्रुटी आहेत. खासदारांना फुकट तिकिटं वाटली म्हणून होणारे वाद, आरोप आणि प्रत्यारोप आहेत. थोडंसं आपल्यासारखं आहे. ‘घरोघरी मातीच्या चुली’ ही म्हण म्हणून अस्तित्वात आली असावी! पण तरीही बहुसंख्याकांच्या डोळ्यांत स्वप्न आहे. जगात मान उंचावण्याची मनीषा आहे. लंडन ऑलिम्पिकचं आर्थिक यश पुढेच कळेल. पण, ह्या आधी खेळाचं यश महत्त्वाचं आहे. सध्या देवाकडे ते स्वप्नपूर्तीची प्रार्थना करतायत, त्या लार्न्स फोरमनप्रमाणे! पाहू या तो जुगारात जिंकतो, का हरतो!

□□

३. उद्घाटन सोहळ्याची 'फॅशन परेड'

डोळे दिपवणारे उद्घाटन समारंभ हे अलीकडे ऑलिम्पिक्सचं वैभव आणि स्टाईल ठरून गेलीय. तो असा आरसा असतो— ज्यात देशाच्या प्रगतीचं, सुबत्तेचं, श्रीमंत इतिहासाचं, उज्ज्वल भवितव्याचं आणि संस्कृतीचं प्रतिबिंब दाखवण्याचा आटोकाट प्रयत्न असतो. लंडन ऑलिम्पिक्समध्ये ब्रिटनने तो केला. पण, ज्यांच्या डोक्यात बीजिंग ऑलिम्पिक्सच्या (२००८) उद्घाटन समारंभाच्या आठवणी एखाद्या सुगंधासारख्या दरवळतात, त्यांना ब्रिटिश उद्घाटन समारंभ एलिझाबेथ टेलरसमोर बिपाशा बासूसारखा वाटला. चीनने आता जग पादाक्रांत करायला सुरुवात केलीय. त्यांना काही बाबतींत मागे टाकणं आता कठीण जातं. अमेरिकेसारखी सुपर पॉवरही आता हात टेकते. अमेरिकन ऑलिपिंक संघाचे कपडे ज्या कंपनीला (ब्रँडला म्हणू या हवं तर) तयार करायला दिले होते, त्या कंपनीने ते कपडे चीनमध्ये तयार करून घेतले. ही गोष्ट उघड झाल्यावर अख्खी अमेरिका हादरली. कुणी तरी आपलं नाक कापलं— कुणी तरी आपला राष्ट्रीय अहंकार ठेचला, असं त्यांना वाटलं. आज अमेरिकन बाजारात ज्या वस्तूला हात लावाल, ती वस्तू 'मेड इन चायना' असते. पण, किमान राष्ट्रीय संघाचे कपडे तरी 'देशी' असावेत, ही त्यांची अपेक्षा होती.

तर, सांगायचा मुद्दा काय की, ब्रिटनची तऱ्हा तर आणखीन वेगळी आहे. त्यांच्या साम्राज्याचे दिवस संपले आहेत. ते परत येऊ शकत नाहीत. पण,

लंडन ऑलंपिक उद्‌घाटन सोहळा २०१२ - राज्य उजव्या विचार सरणीचा पण सोहळा मात्र डाव्या विचार सरणीचा

ह्या उद्‌घाटन समारंभाची तुलना चीनशी केली नाही, तर उद्‌घाटन समारंभ सामान्य ब्रिटिश माणसाला दिलासा देणारा ठरला, ह्यात काहीच शंका नाही. विशेषत: आर्थिक आणीबाणीच्या काळात ही आनंद देणारी वाऱ्याची झुळूक होती. गेला आठवडाभर ब्रिटिश वर्तमानपत्रांतून ऑलिपिंक्सवर टीकास्त्र सोडलं जातंय. तीन बिलियन पौंडांचा खर्च आताच तिप्पट झालाय. ट्रॅफिक, सिक्युरिटी, पैशाची उधळण ह्यावरून ब्रिटिश मीडियाने सरकारला धारेवर धरलं होतं. शंका-कुशंका व्यक्त करण्यात येत होत्या. त्यांना पूर्णविराम नाही, तरी अर्धविराम मिळाला असावा. हा उद्‌घाटन समारंभ सुप्रसिद्ध चित्रपट निर्माता डॅनी बोएलने तयार केलाय. त्याची आखणी दोन वर्षं सुरू होती. डॅनी बोएलचं म्हणणं होतं की, आर्थिक अडचणीच्या दिवसांत त्याला वारेमाप पैसे उधळायचे नव्हते.

थोडक्यात, जनतेला पोटापुरता पाव न मिळण्याच्या काळात त्याला व्हर्सायसारखा पॅलेस उभा करायचा नव्हता. पण ब्रिटिश संस्कृती, इतिहास, त्यांचे पूर्वीचे देदीप्यमान विजय, बौद्धिक कर्तृत्व आणि आजची वैज्ञानिक प्रगती दाखवायची होती; ते तसं साध्य झालं.

मला एका गोष्टीचं कौतुक वाटलं. बोएल हा डाव्या विचारसरणीचा माणूस आहे. त्याने ट्रेड युनियन्स, काळ्या कॅरेबियन लोकांच्या— अल्पसंख्य लोकांच्या हक्काची लढाई वगैरे गोष्टींवरही प्रकाशझोत टाकला. गंमत पाहा. सरकार कुणाचं? तर, ब्रिटिश हुजूर पार्टीचं! थोडक्यात, भांडवलशाही वृत्तीच्या मंडळींचं. पण म्हणून डाव्या विचारसणीला कानाला धरून बाहेर नाही काढण्यात आलं. ह्याला लोकशाही म्हणतात. उद्घाटन समारंभात राजकीय हस्तक्षेप नाही. आपल्या देशात हे झालं असतं? मुळीच नाही. काँग्रेसच्या राज्यात जर एखादा उद्घाटन समारंभ झाला; तर त्यात स्वातंत्र्यवीर सावरकर, राममनोहर लोहिया, मधू लिमये, शामाप्रसाद मुखर्जी, एम. एन. रॉय ह्यांना स्थान नसेल. अर्थात, हुजूर पार्टीच्या काही नेत्यांच्या नाकाला मिरच्या झोंबल्या. ऑल्डन बर्ली ह्या हुजूर पार्टीच्या खासदाराने ट्विटरवर लिहिलं, 'हा डावीकडे झुकणारा सांस्कृतिक कार्यक्रम होता. इतका डावीकडे झुकणारा कार्यक्रम बीजिंगमध्येही झाला नाही आणि बीजिंग ही डाव्या कम्युनिस्ट राज्याची राजधानी आहे.'

उद्घाटनात डावी झाक असली तरी उद्घाटन समारंभातला मार्च आता फॅशन परेड झालाय. 'हौशी' ऑलिपिंक्सने व्यावसायिकतेचा दुस्वास सोडल्यावर ऑलिपिंक्सचं स्टेज हे जगातल्या मोठमोठ्या ब्रँड्सनी स्वत:च्या परेडसाठी वापरलं. रॅल्फ लॉरेनचे कपडे अमेरिकन्स मिरवत होते. ब्रिटिश ॲथलिट तिथल्या 'नेक्स्ट' ह्या साखळी दुकानाच्या कपड्यांनी सजले होते. इटालियन संघाचा कब्जा जॉर्जिओ अरमानी ह्या 'महागड्या' इटालियन ब्रँडने घेतला होता आणि ही मंडळी कब्जा घेतात म्हणजे त्यांची पकड रॉटवायलर कुत्र्यासारखी असते. तो चावला की तुकडाच तोडतो. तसं ह्या ब्रँड्सचं असतं. त्यामुळे अमेरिकन झेंड्यापेक्षा लॉरेनचा, पोलो प्लेयरचा लोगो जास्त उठून दिसत होता.

अर्थात, काळाप्रमाणे बदलायला हवं. त्यामुळे ह्यात चुकीचं नाही. ऑलिंपिक खेळाडूंना पैसा लागतो. पैसा फक्त काय इतरांनीच कमवायचा का? हे सर्व १९८० पासून बदललं. पण, आजही सर्वांच्या हातावर पैशाची रेषा नसते. इजिप्तमध्ये क्रांती झाल्यावर इजिप्तच्या खेळाडूंकडे कपडे घ्यायला पैसे नव्हते. त्यांना चीनकडून काळ्या बाजारात कपडे घ्यावे लागत होते. त्यांनी तसं ट्विटरवर

लंडन ऑलिम्पिक उद्घाटन सोहळा

टाकलं. त्यामुळे 'नायके' कंपनी पुढे आली. त्याचबरोबर पूर्वीचा कोट-टायचा 'गंभीर' ड्रेस आता अल्पसंख्याक झालाय. त्याची जागा स्कार्फ्स, बॅगी पॅन्ट्स, बॅकपॅक्सने घेतलीय. काही काही ड्रेस तर शाळेच्या युनिफॉर्मसारखे वाटत होते. बाय द वे, काही रॅल्फ लॉरेन्ससारख्या कंपन्या शाळेच्या युनिफॉर्मसाठी प्रसिद्ध आहेत— त्यांची जाहिरात तर उद्घाटन समारंभात केली नाही ना! ह्या जगात काहीही घडू शकते!

◻◻

४. पंत गेले, राव चढले

ऑलिंपिक चॅम्पियनच्या यशाचं आयुष्य हे क्षणभंगूर असतं. शेक्सपिअरने एके ठिकाणी लिहिलंय, 'One crowded hour of glorious life is worth an age without name.' सुवर्णपदक, एखाद्या स्पर्धेतलं प्रचंड यश हा त्यांचा 'Crowded Hour' असतो. तो त्यांचं आयुष्य उजळून टाकतो; पण हे उजळून टाकणं विजेसारखं असतं. क्षणाची वीज, गडगडाट आणि मग... अंधार! बीजिंगमध्ये सुवर्णपदक मिळवणाऱ्या बिंद्राला विचारा, अमेरिकन देवमासा फेल्प्सला विचारा किंवा ब्रिटनच्या सायकलिंग हीरोला; आंतरराष्ट्रीय झगमगाट हा कॅमेऱ्याच्या फ्लॅशसारखा असतो, असं ते सांगतील.

अभिनव ब्रिंदा हा भारतीय ऑलिंपिक संघाचा अभिमान होता. तो हात हलवत परतणार. आपला अभिमान कुठेही ठेचला गेला नाही? पण आपल्याला त्याची आता सवय झालीय.

अभिनवने तर आजपर्यंत फक्त एक सुवर्णपदक मिळवलं होतं. अमेरिकेच्या फेल्प्सचा विचार करा. चौदा सुवर्ण आणि दोन ब्राँझ पदकं तो गळ्यात घालून एखाद्या अतिश्रीमंत नववधूने दागिने मिरवावेत तसा मिरवतो; पण आज त्याचा प्रत्येक दागिना लुटला जातोय. रॉयन लॉकटी हा त्याचा मित्र, त्याचा सहकारीच त्याच्या 'तथाकथित हक्कावर' डल्ला मारतोय. स्पेन हा फुटबॉलमधला विश्वविजेता. युरोपियन विजेता संघ. तो अनोळखी संघाबरोबर हरतो. भले तो संघ विश्वविजयी

संघ नसेल; पण झेंडा तर स्पेनचा आहे? इंग्लंडचा विगिन्स हा टूर द फ्रान्स स्पर्धेतला विजेता. त्यांचा पहिलावहिला विजेता! इंग्लंडला नवा हीरो सापडला होता. टूर द फ्रान्स ही स्पर्धा म्हणजे स्वखुषीने कष्ट विकत घेणं असतं. सायकलच्या रोडरेसचा तो मोक्ष म्हणायला हरकत नाही. त्यापुढे सायकलिंगची इतर शिखरं ही हिमालयापुढे सातपुड्यासारखी आहेत. त्याच्याबरोबर तिथे पॅरिसच्या शॉंजे एलिझेवर तो टप्पा जिंकण्यात इंग्लंडचा त्याचा सहकारी कॅव्हेंडिश होता. त्या माणसाने टूर द फ्रान्सच्या शर्यतीत आजपर्यंत २३ टप्प्यांत विजय मिळवलाय. त्याबाबतीत त्याने लान्स आर्मस्ट्रॉंगसारख्या सायकलिंगच्या लोहपुरुषाला मागे टाकलं. ब्रिटनला वाटलं होतं की, सायकलिंगच्या रोडरेसचं सुवर्णपदक त्यांचंच आहे. देखणा उद्घाटन समारंभ आणि त्यानंतर पाठोपाठ ह्या स्पर्धेतलं सुवर्णपदक, हे त्यांचं स्वप्न होतं. पण ह्या इंग्लिश मंडळींनीच एक म्हण तयार केलीय, 'If wishes were horses then beggars would ride.' कॅव्हेंडिश अठ्ठाविसावा आला. सुवर्णपदक तर सोडाच, कांस्यपदकही नशिबी नव्हतं.

ऑलिम्पिकमध्ये ह्या गोष्टी होतात. म्हणूनच हे सर्वोत्तम स्टेज असावं. इथे मेहनत, गुणवत्ता, प्रसंगावधान, लोखंडी चणे खायची ताकद, ग्रॅनाईटपेक्षा कणखर मन याबरोबर नशीबही लागतं. एक चूक... आणि सर्व संपतं. अनेकांचं असं झालंय.

एक उदाहरण देतो. सन १९७२ च्या म्युनिच ऑलिपिंकमध्ये सोव्हिएट युनियच्या ओल्गा कोर्बुटने जिम्नॅस्टिकमध्ये सम्राज्ञीपद मिळवलं होतं. तमाम रसिक ओल्गा कोर्बुटच्या म्युनिच ऑलिपिंक्समधल्या अविस्मरणीय अदाकारीवर फिदा झाला होता. जिम्नॅस्टिकमधली सर्व कला, सर्व शौर्य, ओल्गाच्या कसरतीत उभं राहिलंय, असं तेव्हा वाटत होतं. एका ब्रिटिश पत्रकाराने लिहिलं होतं की, ब्रिटनमध्ये ओल्गा कोर्बुटला पाहून जिम्नॅस्टिकमध्ये रस घेणाऱ्यांची संख्या सहापट वाढली. साहजिकच मॉन्ट्रियलला सुरुवातीला सर्व डोळे ओल्गा कोर्बुटवरच रोखले गेले होते. पण चौदा वर्षांच्या नादियाने आपले पैलू दाखवायला सुरुवात केल्यावर लोक ओल्गाला विसरले. नव्हे, नादियाने त्यांना विसरायला लावलं.

आणि कसं विसरायला लावलं?

मॉन्ट्रियलमधल्या एकविसाव्या ऑलिंपिक्सच्या पहिल्या दिवशी दूरचित्रवाणीचा एक बातमीदार अक्षरश: घायकुतीला येऊन भेटेल त्याला एका नावाचा उच्चार विचारत फिरतोय.

कागदावर चक्क Nadia Comaneci लिहिलंय आणि तरीही प्रत्येक

जण आपली अक्कल आणि ज्ञान वापरून वेगवेगळे उच्चार करतायत.

कुणी कोमोनस्की म्हणतोय, तर एखादा चक्क कोमॅनॉव्ह असं सांगतोय! 'कोमानेनीस' 'कोमिनिस्की' वगैरेही उच्चार काहींच्या मुखातून बाहेर पडले.

शेवटी वैतागून त्याने काहींना विचारलं, "हे नाव कधी ऐकलंय?"

ह्या प्रश्नाला मात्र समान उत्तर मिळालं– "कधीच नाही." फक्त एका आठवड्यात हे नाव मॉन्ट्रियललाच काय, पण संपूर्ण जगाला परिचित झालं.

आणि जोपर्यंत ऑलिंपिक्समध्ये जिम्नॅस्टिकच्या स्पर्धा भरतील तोपर्यंत 'नादिया कोमानेसी' हे नाव कधीही विसरलं जाणार नाही. (खरं म्हणजे त्या नावाचा उच्चार 'कोमानीच' असा आहे. पण आपल्याकडे ते नाव 'कोमानेसी' असं सर्वत्र लिहिलं गेल्यामुळे ते तसंच ठेवलंय.)

ह्या अपरिचित नावाचा महिमा एका आठवड्यात एवढा वाढला की, कॅनेडियन ब्रॉडकास्टिंग कॉमेंट्रेटर जाहीर करायचा, "आज तुम्ही नादियाला पाहू शकाल."

नादियाच्या अफाट लोकप्रियतेचा फायदा नंतर तिकिटाचा काळाबाजार करणारी मंडळीही उठवायला लागली. सोळा डॉलर्सची तिकिटं सेंट कॅथरीन स्ट्रीटवर चक्क दीडशे डॉलर्सला विकली जाऊ लागली.

तर, ही चौदा वर्षांची चिमुरडी पोर पाहताक्षणी 'काय गोड पोरगी आहे!' असं म्हणावं अशी; निरागस डोळ्यांची, चेहऱ्यावर निष्पाप, बालिश भाव असलेली. मॉन्ट्रियलला आली, तेव्हा जगाला तशी अज्ञातच होती.

पण परत जाताना?

मिरवत गेली मॉन्ट्रियलची राणी म्हणून! 'सुपर स्टार' वगैरे होऊन!

न्यूज वीकसारख्या दर्जेदार मासिकाने तिचं कव्हरवर एक डौलदार छायाचित्र छापून मोठी हेडलाईन दिली— 'अ स्टार इज बॉर्न!'

'टाइम'च्या ऑलिपिंक्सच्या दर्शनी गोष्टीची अर्ध्याहून अधिक जागा ही नादियानेच व्यापली. "तिने अशी उंची गाठलीय, जिथून ती फक्त पडू शकते." अशी समर्पक टिप्पणीही टाइमच्या लेखकाने केली होती. पण त्याच नादियाला १९८० मध्ये मॉस्कोत फार मोठं यश मिळालं नाही.

फार थोडी मंडळी दोन-दोन ऑलिम्पिक गाजवतात. अबेबे बिकिलाने दोनदा मॅरेथॉन जिंकली किंवा रशियाचा पोलव्हॉल्टचा महामानव सर्जी बुब्का विरळाच!

बिंद्राला लक्षात आलं असेल की, त्याचे ऑलिम्पिकचे दिवस संपले

आहेत. उत्तरायण सुरू झालंय याची फेल्प्सला आधीच कल्पना होती. म्हणून तो म्हणत होता की, लंडनची वारी ही ऑलिम्पिकची शेवटची वारी. त्याच्या ऐवजी कदाचित त्याचा सहकारी रॉयन लॉकटी हे ऑलिम्पिक गाजवू शकतो. अर्थात, तो सोव्हिएत जिम्नॅस्ट लॅरिया लॅटिनिना हिचा १८ पदकांचा विक्रम मोडू शकतो. एक रौप्यपदक धरून त्याला अजून दोन पदकांची गरज आहे. हा लेख छापून येईपर्यंत कदाचित तो विक्रमाच्या आणखी जवळ आला असेल. फक्त १५ व्या वर्षी २००० मध्ये सिडनीला सुरू झालेला ऑलिम्पिक प्रवास कधी तरी संपणार होता. त्याला तो सोन्याने संपावा, असं वाटत असेल. लॉकटी जेव्हा ४०० मीटर्सची वैयक्तिक मिडलेची शर्यंत जिंकला, तेव्हा वेडावला; पण फेल्प्सला चौथ्या स्थानावर पाहून आणखीन वेडावला. ऑलिम्पिकमध्ये 'पंत गेले, राव चढले' हा प्रकार नेहमी होतो तो बिंद्राच्या बाबतीत झाला; फेल्प्सच्या बाबतीत होतोय. पण व्यावसायिक खेळाडूंचं जग हे पदक गेल्यावर तिथे थांबत नाही. ते पळभर 'हाय हाय' म्हणतात आणि पुन्हा मन पाटीसारखं स्वच्छ करून कामाला लागतात. तुम्ही हे वाचत असताना बिंद्रा कदाचित भारतात परतत असेल; पण ब्रिटनचा सायकलपटू कॅव्हेंडिश लगेच व्यावसायिक संघाबरोबर बेल्जियमला गेला. तिथून तो फ्रान्सला जाणार होता, मग हॉलंडला. तो चार वर्षांनी पुन्हा ऑलिम्पिकला परतेल— रिओ द जिनरोमध्ये! पुन्हा एकदा सुवर्णपदकाच्या आशेने! आशा ही अमर असते. म्हणून महान खेळाडू पराभव पचवून परततात. तसाच चाणक्याप्रमाणे शेंडीला गाठ मारून १९७२ मध्ये मार्क स्पिट्झ परतला होता आणि सात सुवर्णपदकं घेऊन गेला. ती धगधगती आग मनात असावी लागते. हरणाऱ्या भारतीय ॲथलिटनी ती निदान दाखवावी; ती आमच्यासाठी मेडलसारखी आहे.

सोव्हिएट युनियनचा महान पोलव्हॉल्ट खेळाडू सर्जी बुब्काचं एक उदाहरण मी देतो.

दि. १४ जुलै १९८५ रोजी पॅरिसला त्याने आपल्या प्रचंड महत्त्वाकांक्षेची झलक जगाला दाखवली. त्याने ५.७० मीटर्सची उंचीची उडी मारून स्पर्धा जिंकली होती. विजय साजरा करायला तो मोकळा होता. पण त्या यशाने त्याचं समाधान झालं नव्हतं. त्याच्या महत्त्वाकांक्षी मनाला विक्रम खुणावत होता. त्याने विक्रमाचा पाठलाग करायचा ठरवलं. त्याला छोटा-मोठा विक्रम गाठीला बांधायचा नव्हता, त्याची महत्त्वाकांक्षाही अचाट होती. सेंटिमीटरच्या हिशोबात त्याला विक्रमाकडे जायचं नव्हतं. त्याने सरळ ६ मीटरची सरहद्द पार करायचाच निर्णय

अभिनव बिंद्रा - बिंजिंगचे सुवर्ण पदक लंडनमध्ये गमावले

घेतला. आडवा बार ५.७० वरून सरळ सहा मीटरवर ठेवण्यात आला. तिथल्या सर्वांचाच डोळ्यांवर विश्वास बसेना. अनेकांना तो उद्दामपणा वाटला. पण बुब्काला त्याची पर्वा नव्हती. जिद्दीने पेटलेला माणूस क्षुद्र विचारांची पर्वा करत नाही. तिसऱ्या प्रयत्नात त्याने सहा मीटर्सची सरहद्द ओलांडली.

ॲथलेटिक्समधला तो ऐतिहासिक क्षण होता. त्यानंतरचे त्याचे वक्तव्य त्याच्या नसानसांतून वाहणारा आत्मविश्वास दाखवणारे होते. तो म्हणाला, ''एवढं उंच जाणं आपल्या जमणारच नाही, असं तुम्हाला वाटतं तोपर्यंतच ती उंची गाठणं अवघड असतं. पण एकदा हा निराशावाद मनातून काढून टाकला की, कुठलंच ध्येय कठीण वाटत नाही. माझ्या दृष्टीने ५.६० मीटर्स काय किंवा सहा मीटर्स काय, हे निव्वळ आकडे आहेत. त्यापेक्षा उंच जाण्याचा प्रयत्न मी ताबडतोब सुरू करणार.''

स्वामी विवेकानंदांनी म्हटलंच आहे की, आत्मविश्वास हाच माणसाचा खरा मित्र असतो. किमान महान खेळाडूंचा तो मित्र तर असतोच असतो. सर डॉन ब्रॅडमनना एकदा कुणी तरी विचारलं होतं, ''तुमच्या यशाचं रहस्य काय?''

ते म्हणाले, "फलंदाजीला जाताना जगातला अमुक एक गोलंदाज आपल्याला बाद करू शकेल, असा विचारसुद्धा माझ्या मनाला कधी शिवत नाही." ब्रॅडमन असो, एडविन मोजेस असो किंवा सर्जी बुब्का— नैराश्येला त्यांच्या मनात शिरायची कधी छातीच झाली नाही, म्हणूनच ते अजिंक्य राहिले.

हा लेख संपवत असताना बातमी आली की गगन नारंगने भारताच्या कोऱ्या पाटीवर अक्षरं उमटवली. दहा मीटर एअर रायफलमध्ये कांस्यपदक मिळवलं. भारतासाठी प्रत्येक पदक हे सोनं आहे— मग त्याचा रंग कुठलाही असो. विशेषत: शूटिंगमधली आपली स्वप्नं उद्ध्वस्त होत असताना पात्रता फेरीतली त्रुटी त्याने अंतिम फेरीत भरून काढली. हॅट्स ऑफ! भारतालाही 'पंत गेले, राव चढले'चा अनुभव आला. गगन नारंग, आम्ही तुझे आभारी आहोत. आता गरज आहे गगनने पेटवलेली ज्योत इतरांनी पुढे नेण्याची. तसं झालं तर गगन, आमचा आनंद गगनात मावणार नाही.

□□

५. ऑलिंपिकमध्ये क्रिकेट?

लंडन ऑलिंपिकमध्ये क्रिकेट नसल्याने मला चुकल्यासारखं वाटलं. शेवटी लंडन ही क्रिकेटची जन्मभूमी. तिथे क्रिकेट नाही?

ऑलिंपिकमध्ये क्रिकेट?... आश्चर्य वाटलं असेल ना? पण ते निश्चित खेळलं गेलंय... आणि तेही पॅरिसमध्ये खेळल्या गेलेल्या आधुनिक ऑलिंपिकमध्ये. त्यात आश्चर्य वाटण्यासारखं काहीही नसून, ती वस्तुस्थिती आहे... आणि विश्वास ठेवा अगर ठेवू नका; पण पॅरिसमधल्या त्या ऑलिंपिकमध्ये ज्या दोन संघांत हा सामना झाला, त्या दोन संघांपैकी एक संघ होता खुद्द फ्रान्सचा आणि दुसरा संघ होता क्रिकेट खेळाचा जनक इंग्लंडचा.

पॅरिसमध्ये भरवलेलं ते ऑलिंपिक म्हणजे गैरव्यवस्था, गोंधळ यांचा अगदी कळस होता. त्यातच पाच महिन्यांहून जास्त इतक्या दीर्घ काळ तो ऑलिंपिक-महोत्सव चालल्यामुळे त्याबद्दल इतकं आकर्षण आणि सलगता अशी उरली नव्हती. त्यात भाग घेणाऱ्या काही स्पर्धकांना तर आपल्याला ऑलिंपिकसारख्या महोत्सवात भाग घेण्याचं भाग्य लाभतंय, हे जाणवलंसुद्धा नाही— इतकी अव्यवस्था होती.

बोइस डे बुलोनला जिथे हा ऑलिंपिक महात्सेव भरवला गेला, त्याच वेळेस पॅरिसमध्येही एक जागतिक प्रदर्शन भरवलं गेलं होतं. त्यामुळे ऑलिंपिकचं महत्त्व अतिशय कमी झालं. शिवाय फारच कमी खेळाडू त्यात सहभागी झाले.

त्यातच भर म्हणजे, आखलेल्या कार्यक्रमाप्रमाणे स्पर्धेचं आयोजनही क्वचितच झालं.

ऑलिंपिक महोत्सवाची अशी बिकट अवस्था दस्तूरखुद्द बरून द् कुबर्टिनच्या भूमीत झाली— ज्याने आपल्या कल्पकतेने ऑलिंपिकमध्ये आधुनिकता आणून पुनर्जन्म दिला— त्याचं स्वप्न असं बेचिराख व्हावं, हे निश्चितच निराशाजनक होतं.

असं चित्र असतानाही त्या ऑलिंपिकमध्ये एक आशेचा किरण दडलेला होता... आणि तो खास करून क्रिकेटशौकिनांसाठी. क्रिकेटबद्दल फ्रेंच लोकांना तिरस्कार असतानाही पॅरिसमधल्या त्या ऑलिंपिकमध्ये क्रिकेटचा सामना खेळला गेला होता. म्हणूनच, ज्या २० ऑगस्ट १९०० ला हा ऑलिंपिकमधला क्रिकेटचा सामना खेळला गेला, तो दिवस क्रिकेटच्या इतिहासात ठळकपणे नोंदवावा लागेल.

इंग्लंड आणि फ्रान्स या दोन देशांमधला हा क्रिकेटचा ऑलिंपिक सामना एका डावाचाच होता. डेव्हिड वॉलेशिन्स्की यांच्या ऑलिंपिक खेळांवरल्या अधिकृत पुस्तकानुसार इंग्लंड संघाने या सामन्यात प्रथम फलंदाजी पत्करून २६२ धावा काढल्या, तर फ्रान्सच्या संघाने उत्तरादाखल १०४ धावा करून रौप्यपदक मिळवलं. पण या सामन्याच्या निकालाबाबत बरेच वाद आहेत. कारण पीटर अरनॉल्ड या दुसऱ्या एका तज्ज्ञाच्या मते, फ्रान्स संघाने तो सामना जिंकून सुवर्णपदक मिळवलं होतं. ह्या सामन्याच्या निकालाबाबतीत जरी काहीही वाद असले, तरी क्रिकेटचा हा सामना ऑलिपिंकमध्ये खेळला गेला आणि त्यात केवळ दोन संघांनी भाग घेतला होता, ह्याबाबतीत तज्ज्ञांचं एकमत आहे.

या ऐतिहासिक सामन्यात कोणकोणते खेळाडू खेळले, त्यांची नावं जाणून घेण्याची उत्सुकता क्रिकेटशौकिनांना निश्चितच असेल. इंग्लंड संघातल्या खेळाडूंची नावं होती— बीचक्रॉफ्ट, बक्ले, बुर्शेल, बॉवरमन, क्युमिंग, खिस्तियान, कॉर्नर, डॉन, पॉवसलँड, साइमस् आणि टॉलर; तर फ्रान्सच्या संघातल्या खेळाडूंची नावं होती— ॲट्रिल, अँडरसन, ब्राइड, ब्राऊनिंग, हॉर्ने, जॉर्डन, रॉक्स, रॉबिन्सन, स्निदाऊ, टेरी आणि टोमॅलिन.

फ्रान्सच्या संघातल्या खेळाडूंची नावं वाचून ते वंशाने मूळ इंग्लंडमधलेच होते, हे कुणाही जाणकाराच्या सहज लक्षात येईल. सध्या जसं एखादा खेळाडू तो खेळत असलेल्या देशासाठी प्रतिनिधित्व करण्यापूर्वी त्याचं राष्ट्रीयत्व पाहिलं जातं, तसं आधुनिक ऑलिंपिकच्या सुरुवातीच्या काळात पाहिलं जात नसे. त्यामुळे कोणत्याही राष्ट्रीयत्वाचा खेळाडू कुठूनही खेळणं, हे पॅरिसमध्ये नवीन नव्हतं. म्हणून दोन भिन्न राष्ट्रीयत्वांच्या खेळाडूंचा एकाच राष्ट्राच्या संघात

समावेश असल्याचं कित्येकदा घडायचं. याचं उदाहरणच द्यायचं झालं तर, एकदा 'पोलो' स्पर्धेतलं सुवर्णपदक जिंकण्यासाठी तर अमेरिका आणि इंग्लंडचा संघ चक्क संयुक्तरीत्या खेळले.

असं असतानाही इंग्लंड संघाने रणजितसिंह, मॅकलॅरेन, फ्राय यांसारख्या त्या वेळच्या क्रिकेट-स्टार्सना आपल्या संघातून खेळवलं कसं नाही, हे आश्चर्यकारक आहे. कारण एखाद्या राष्ट्राचे खरेखुरे प्रतिनिधी-खेळाडू बहुधा त्या-त्या संघात अभावानेच आढळायचे. दोन संघांना अशा प्रकारे एकत्र आणून सामना खेळवण्यामागे क्रिकेट खेळाला मिळणाऱ्या मान्यतेबरोबर जागतिक एकात्मता आणि शांतता प्रस्थापित व्हावी, असा कुबर्टिनचा विधायक हेतू होता.

तरीही पॅरिसनंतरच्या पुढल्या ऑलिंपिक महोत्सवात क्रिकेटला स्थान मिळू शकलं नाही. त्याला बरीच कारणंही आहेत. एक मात्र नक्की की, ऑलिंपिकमधला क्रिकेटचा जन्मही तिथे झाला आणि त्याची कबरही तिथेच खोदली गेली.

यावरून, कारणं काहीही असली तरी क्रिकेटच्या इतिहासकारांनी कुबर्टिनला क्रिकेटच्या इतिहासातून थोडं-बहुत डावलल्यासारखंच वाटतं. आपण अगदी कितीही दुर्लक्ष केलं तरी, हे मात्र मान्य करावंच लागेल की, एका डावाच्या आंतरराष्ट्रीय क्रिकेट सामन्याचा पाया दुसऱ्या-तिसऱ्या कोणी नसून कुबर्टिननेच घातला. पाहिलंत— वन-डे क्रिकेट कुठून आलं?

❑❑

६. संख्याबळ हेदेखील बळ!

बिंद्रा अपयशी ठरल्यानंतर भारतीय क्रीडाक्षेत्राच्या हृदयाचा ठोका चुकला होता; पण साहिर लुधियानवीने म्हटलंय ते खरंय. 'रातभर का है मेहमा अंधेरा, किसके रोके रुका है सवेरा!' गगन नारंगच्या यशाने झुंजुमुंजू झालं आणि आपला आनंद गगनात मावेना. आपल्या आशा वाढल्या आणि आता पुन्हा आपण गगन, नेहवाल, टेनिसपटू, कुस्तीपटूंकडे डोळे लावून आहोत. सुवर्णपदक आपल्याला गगनात न मावणारा आनंद देत असलं, तरी रौप्य आणि कांस्यही आपल्याला मोती आणि माणिकासारखी वाटतात. कारण, आपल्यासारख्या प्रचंड देशाला पदकं फार कष्टाने मिळतात. चीन, अमेरिका, युरोपियन देश, कोरिया, जपान ह्यांपुढे आपली झोळी तशी रिकामीच असते. ऑलिंपिकमध्ये जिंकण्यापेक्षा भाग घेणं महत्त्वाचं आहे, हे कुबर्टिनचं वाक्य कुठल्याही राष्ट्रापेक्षा भारताने भयंकर गंभीरपणे घेतलं होते. एके काळी आपली ऑलिंपिकमधील कामगिरी त्रेतायुगातली वाटायची. हॉकीची काही सुवर्णपदकं सोडली, तर आपल्या झोळीत होतं तरी काय?

सन १९००च्या पॅरिस ऑलिंपिक गेम्समध्ये कलकत्त्याच्या नॉर्मन प्रिचर्ड ह्या अँग्लो-इंडियन ॲथलिटने २०० मी. आणि २०० मी. अडथळ्यांच्या शर्यतीत रौप्यपदक मिळवलं होतं.

आणि नंतर थेट १९५२ मध्ये हेलसिंकीला महाराष्ट्राच्या खाशाबा जाधवने

कुस्तीत बॅन्टमवेट गटात एक कांस्यपदक मिळवलं.

त्यानंतर हॉकीचा अपवाद सोडला, तर आपली पाटी बराच काळ कोरी राहिली होती. पुढे टेनिस आणि नेमबाजीने हात देईपर्यंत ह्या पाटीवर काही वेळा अक्षरं उमटण्याची आशा निर्माण झाली होती. एकदा १९६० मध्ये रोमला आणि नंतर गेल्या ऑलिंपिकमध्ये लॉस एंजलिसला.

रोमला मिल्खासिंगाचं पदक १/१० सेकंदाने हुकलं, तर लॉस एंजलिसला पी. टी. उषाचा १/१०० सेकंदाने घात केला. पण ऑलिंपिकमध्ये सेकंदाचा सहस्रांश भागसुद्धा महत्त्वाचा असतो. सन १९७२ साली म्युनिचला पोहण्याच्या 'वैयक्तिक मिडले' शर्यतीत स्विडनचा लार्सन आणि अमेरिकेच्या टीम मॅकेने एकाच वेळी सीमारेषेला भोज्या केला. मग विजेता ठरवायचा कसा? कॉम्प्युटराइज्ड टायमरला मग सेकंदाचा सहस्रांश भाग करण्याची आज्ञा देण्यात आली आणि मग त्याने दाखवलं की, दोन सहस्रांश सेकंदाने स्विडनचा लार्सन शर्यत जिंकलाय. असं कसं घडलं? तज्ज्ञांनी बऱ्याच चाचण्या घेतल्यावर लक्षात आलं की, तीन दिवसांत लार्सनच्या बोटाच्या नखाची जी मायक्रोस्कोपिक वाढ झाली होती, त्यामुळे त्याला सुवर्णपदक मिळालं.

ऑलिंपिकमधली आजची स्पर्धा ही एवढी अटीतटीची आहे. ऑलिंपिक पदक हे काही सोनाराकडून बनवून घेता येत नाही; ते मैदानावर मिळवावं लागतं. आणि आज त्यासाठी फक्त एक आयुष्य वाहून चालत नाही; इतरांची आयुष्यंही तिथे खर्ची घालावी लागतात. त्यासाठी संघटित प्रयत्न करावा लागतो. इन्फ्रास्ट्रक्चर तसं लागतं आणि त्यासाठी सरकारी आशीर्वाद लागतो. सरकारी तिजोरीची मदत लागते.

मिल्खासिंग काय किंवा पी. टी. उषा काय, गुणवत्तेच्या बाबतीत ते इतरांपेक्षा कणभरही कमी नव्हते. किंबहुना, त्यांनी जी प्रचंड झेप घेतली, त्यामागे त्यांचंच कर्तृत्व फार मोठं आहे. सरकारी पातळीवरच्या कुठल्याही स्किममधून मिल्खासिंग भारताला मिळाला नाही. भारतीय फौजेत १९५२ मध्ये शिरल्यावर नेहमीच्या कंटाळवाण्या कवायती टाळण्यासाठी तो धावपटू बनला. एकदा त्याच्या संघाच्या प्रशिक्षकाने त्याला सांगितलं, "तू उद्या ४०० मीटर्सच्या शर्यतीत भाग घे." त्याला काहीच कळलं नाही. शेवटी त्याला कोचने समजावून सांगितले, तुला मैदानाला एक फेरी मारावी लागणार. इतक्या 'तयारी'ने पुन्हा त्याने ती शर्यत ६३ सेकंदांत जिंकली आणि त्याची कारकीर्द सुरू झाली. जेव्हा १९५६ मध्ये तो ऑलिंपिकला गेला, तेव्हा आटपाडी नाही तर कासेगावहून प्रथमच मुंबईत आलेल्या पोरासारखी त्याची अवस्था होती. तो म्हणतो, "त्या

पी. टी. उषाचे ऑलंपिक पदक थोडक्यात हुकले होते.

वातावरणात मी हरवून गेलो. स्पर्धेत उतरलेल्या खेळाडूंचा दर्जा बघून मी अवाक् झालो. पण त्याचबरोबर मला स्फूर्तीही मिळाली.''

त्या ऑलिंपिकमध्ये ४०० मी. ची शर्यत जिंकणाऱ्या अमेरिकेच्या चार्ल्स जेनकिन्सला त्याने गाठलं आणि चक्क त्याचा सल्ला विचारला. उदार मनाच्या जेनकिन्सने त्याला ट्रेनिंग प्रोग्रामच लिहून दिला. भारतात आल्यावर एकलव्याच्या निष्ठेने त्याने सरावाला सुरुवात केली. काही वेळा तर तो म्हणे, सराव संपल्यावर ओकायचा. पण ह्याच भगीरथ प्रयत्नांच्या जोरावर त्याने एशियाड आणि कॉमनवेल्थ स्पर्धेत सुवर्णपदकं मिळवली. त्याने १९६० मध्ये रोमला ४५.९ सेकंदांचा ऑलिंपिक रेकॉर्ड मोडला. पण १/१० सेकंदाने त्याचं कांस्यपदक हुकलं. जी भरारी मिल्खासिंगने मारली, ते त्यांच्या परिश्रमाचं फळ होतं. त्यात राष्ट्राचं कॉन्ट्रिब्युशन फारसं नव्हतं. पण हाच मिल्खासिंग जर रशिया, पूर्व जर्मनी किंवा अमेरिकेत जन्माला आला असता तर... त्याचं टॅलेन्ट त्याला सुवर्णपदक देऊन गेलं असतं.

हॉकीमध्ये ऑलिम्पिक्ससाठी पात्र होणं हा आपल्यासाठी विजयादशमीचा

मिल्खासिंगचेही ऑलंपिक पदक थोडक्यात हुकले होते.

दिवस होता; पण अलीकडे नेमबाजी, कुस्ती, टेनिस (कारण महान खेळाडू ऑलिम्पिक्सच्या वाट्याला जात नाहीत) वगैरे खेळांनी थोडा दिलासा दिला. गगन नारंगचं हे आठवं वैयक्तिक पदक आहे (अर्थात, भारताने ऑलिम्पिक्समध्ये मिळवलेलं), ह्यातच आपल्या गरिबीचं प्रतिबिंब पडलंय. अलीकडे आपण हळूहळू दारिद्र्यरेषेखालून पदकांच्या बाबतीत थोडे वर येतोय, असं म्हणावं लागेल. मी तर म्हणेन, त्या गगन नारंगची दृष्ट काढा बुवा! आपल्या खेळाडूंना फार पट्कन दृष्ट लागते. चीनला सुवर्णपदकविजेत्यांची दृष्ट काढायची गरज नसते. कारण, तिथे चिनी मालाप्रमाणे पुढचा पदकविजेता माल तयार असतो आणि तो इतर चिनी मालाप्रमाणे तकलादू नसतो; पण त्याने ह्या बाबतीतही अमेरिकन मार्केट खाऊन टाकलं.

ह्याचं कारण काय? असेच देश ऑलिम्पिक्समध्ये पदकं जिंकतात, जे श्रीमंत आहेत आणि ज्या श्रीमंत देशाची लोकसंख्या मोठी आहे. आणखीन एक

प्रकारही विजेत्यांत आहे— साम्यवादी देश! श्रीमंत देशांकडे सुविधा उपलब्ध असतात आणि त्याचबरोबर त्या खेळाडूंना खेळ म्हणून करिअर केल्यावर चूल कशी पेटणार याची भ्रांत नसते. देशाचं हवामान, देशाची आर्थिक सुबत्ता, देशाची लोकसंख्या आणि राजकीय प्रणाली ह्यांचा अभ्यास करून गोल्डमन सॅच किंवा प्राईसवॉटरहाऊस कूपर्ससारख्या व्यावसायिक कंपन्या एखादा यूएस, कॅनडा, ब्रिटन, चीनसारखा देश किती सुवर्णपदकं मिळवू शकेल, ह्याचा अंदाज व्यक्त करतात. मी कॅनडात असताना एका कॅनेडियन कंपनीने त्या अभ्यासावर ह्या वेळी कॅनडा १९ पदकं मिळवेल, असं भविष्य वर्तवलंय. हा आकडा २००८ च्या त्यांच्या कमाईपेक्षा एकने जास्त आहे. डॅन जॉन्सन हा अमेरिकेतल्या कोलोरॅडो कॉलेजमध्ये अर्थशास्त्राचा प्रोफेसर आहे. त्याने असं म्हटलं होतं, 'A Country can expect to win one gold medal for every additional U$ 4750, in GDP per capita...' जीडीपी हा देशाच्या राहणीमानावर अवलंबून असतो.

अर्थात, पदकाच्या यशामध्ये ह्यापुढचीही कारणं असतात. एक— त्या देशाची खेळाची संस्कृती आणि वैयक्तिक अ‍ॅप्रोच! आपल्याकडे खेळाची संस्कृती कुठाय? आपली खेळाची संस्कृती म्हणजे, आपल्या मुलाला सचिन तेंडुलकर करायचा प्रयत्न करणे आणि ते नाही जमलं तर निदान आयपीएल खेळून काही कोटी खिशात पडण्याचं स्वप्न पाहणं. मुळात मुलांना 'जा, अभ्यास कर' सांगणारे पालक 'जा, खेळ आता', असं सांगतात का? आजच्या पिढीत तरी मुलांना पोहायला, टेनिस-बॅडमिंटन खेळायला सांगणारे आई-बाबा सापडतात. माझ्या पिढीत तर मुलाला शारीरिक शिक्षणाच्या तासाला ड्रिल करायला लागू नये, म्हणून डॉक्टरची खोटी चिठ्ठी देणारे पालक होते. खेळ हा आनंदासाठी, फिटनेससाठी खेळला जाऊ शकतो, हे आजच्या पिढीच्या पालकांना पटेल तेव्हा ना! खेळ आधी तसाच खेळला पाहिजे; मग पुढे व्यावसायिक खेळाचा विचार करता येतो. त्यामुळे आता कुठे आपल्या खेळाच्या संस्कृतीचे झाड थोडं-थोडं वाढायला लागलंय. टेलिव्हिजनने खेळ दिवाणखान्यात आणून ठेवल्यामुळे काही खेळ आपल्याकडे लोकप्रिय झाले आहेत. टीव्हीचा प्रभाव प्रचंड असतो. 'जिम्नॅस्टिक्स' हा खेळ एके काळी साम्यवादी देशाची मिरास होती. मॉन्ट्रियलला १९७६ मध्ये नादिया कोमानेसीने वेड लावल्यावर अमेरिकेत हा खेळ लोकप्रिय झाला, टिपिकल अमेरिकन वृत्तीप्रमाणे. अमेरिकेने बेला कॅरोली ह्या नादियाच्या प्रशिक्षकाला फोडलं. त्यांच्यावर दौलतजादा केला. आज अमेरिका जिम्नॅस्टिकमधल्या

पदकाकडे डोळे लावून आहे.

विज्ञानाला नवा श्रीकृष्ण मानून या विज्ञानाची गीता आपण वाचली पाहिजे; नुसतं छप्पर फाडके मिळालेलं टॅलेन्ट आज सुवर्णपदक मिळवून देऊ शकत नाही. त्याची जोपासना लहानपणापासून व्हावी लागते आणि तीसुद्धा विज्ञानाला दावणीला बांधून. नादिया कोमानेसीने जिम्नॅस्टिकचे धडे वयाच्या पाचव्या वर्षापासून गिरवायला सुरुवात केली. म्युनिच ऑलिंपिकमध्ये सात सुवर्णपदकं मिळवणारा मार्क स्पिट्झ चालायला शिकायच्या अगोदर पोहायला शिकला. ह्या काही दंतकथा नाहीत, खऱ्याखुऱ्या घडलेल्या गोष्टी आहेत.

आज वंशशास्त्राचा अभ्यास एवढा पुढे गेलाय की, त्या जोरावर टॅलेन्टेड खेळाडू जन्माला घालायचेही प्रयत्न जोरात सुरू आहेत. वेगवान घोडा आणि वेगवान घोडी ह्यांच्या संक्रमणातून चांगल्या दर्जाच्या रेसच्या घोड्याची निर्मिती करता येते, तर दोन दर्जेदार खेळाडूंच्या मीलनातून गुणवान खेळाडूंची निर्मिती करणं का कठीण आहे, असा विचार शास्त्रज्ञांनी मांडला. गंमत म्हणजे, हा विचार पूर्व जर्मनीने प्रत्यक्षात उतरवायलाही सुरुवात केली. एका समान क्रीडाप्रकारात भाग घेणाऱ्या तरुण-तरुणींना मुक्त लग्नसंबंध ठेवण्यासाठी तिथे प्रोत्साहन दिलं जात होतं. सन १९७६ च्या मॉन्ट्रियल ऑलिंपिकमध्ये ४ जागतिक उच्चांक मोडून सुवर्णपदक मिळवणाऱ्या सतरा वर्षांच्या कॉर्नेलिया एन्डर ह्या मुलीचं म्युनिच ऑलिंपिकमध्ये जलतरणाच्या शर्यतीत दोन सुवर्णपदकं मिळवणाऱ्या रोलॅण्ड मॅथ्यूजशी लग्नही लावून देण्यात आलं.

वंशशास्त्राबरोबर खेळाडूंच्या निवडीबाबत कॉम्प्युटरनेही फार मोठा वाटा उचललाय. आज सर्व प्रगत राष्ट्रांत खेळाची मुळाक्षरं गिरवण्यापूर्वी त्या खेळाडूची कॉम्प्युटरच्या साह्याने तज्ज्ञ, शास्त्रज्ञ आणि डॉक्टरांकडून तपासणी केली जाते. ह्या तपासणीतून त्या खेळाडूच्या कौशल्याच्या मर्यादा लक्षात घेतल्या जातात आणि आज अनेक उदाहरणं ही गोष्ट सिद्ध करतायत की, त्या खेळाडूंच्या भरारीबद्दल वर्तवलेला अंदाज अचूक ठरतो.

जर्मनीची चॅंपियन जलतरणपटू कॉर्नेलिया एन्डर केवळ १३ वर्षांची असताना तिच्या कानाच्या पाळीतलं रक्त काढून त्याचं पृथ:करण करण्यात आलं आणि त्यानंतर डॉक्टर मेडेर ह्यांनी भाकीत केलं, "ही मुलगी १०० मीटर्स अंतर फ्रीस्टाईल प्रकाराने ५६ सेकंदांत पार करेल." अवघ्या ४ वर्षांनंतर मॉन्ट्रियल ऑलिंपिकमध्ये तिने ५६ सेकंदांत १०० मीटर्स अंतर कापून सुवर्णपदक मिळवलं.

आणखीन एक उदाहरणही असंच थक्क करणारं आहे. ह्याच डॉ. मेडेरने मॅरेथॉन जिंकण्यासाठी खेळाडू कसा असावा, ह्याचा त्याच्या अभ्यासातून निष्कर्ष काढला. मग दूर पल्ल्याच्या शर्यतीचा सराव करणाऱ्या अनेक धावपटूंच्या चाचण्या घेऊन त्या सर्वांची माहिती त्यांनी कॉम्प्युटरला दिली. कॉम्प्युटरने डॉ. मेडेर ह्यांच्या निष्कर्षाप्रमाणे सिरपिन्स्कीची निवड केली. हे सर्व १९७३ मध्ये घडलं. १९७६ मध्ये अनेक क्रीडातज्ज्ञांची भाकितं खोटी ठरवून सिरपिन्स्कीने पूर्व जर्मनीला मॅरेथॉनमध्ये सुवर्णपदक मिळवून दिलं.

अतर्क्य वगैरे वाटतं ना? पण विज्ञानाला बटिक बनवलं की, सर्व साध्य होतं. अर्थात योग्य निवड हे सुवर्णपदकाकडे टाकलेलं पहिलं पाऊल असतं. त्या खेळाडूचा योग्य विकास, त्याचं प्रशिक्षण ह्यासाठी आधुनिक साधनांबरोबर तज्ज्ञांची तैनातही झिजत असते. साधारण एका खेळाडूमागे एक क्रीडा प्रशिक्षक, एक डॉक्टर, एक संगणकयंत्रज्ञ, एक मसाजिस्ट, एक आहारतज्ज्ञ, एक मानसोपचार-तज्ज्ञ अशी पलटण राबत असते. जर खेळाडू महिला जिम्नॅस्ट असेल, तर त्यात कोरिओग्राफर आणि पियानिस्टची भर पडते. प्रत्येक जण आपापल्या क्षेत्रापुरता त्या खेळाडूला वेठीस धरून त्याच्याकडून अपेक्षेप्रमाणे कामगिरी होते की नाही, ते पाहतो.

ही विज्ञानाची गुरुकिल्ली आहे. अर्थात, साम्यवादाच्या पडद्याआड बळजबरी व्हायचीच. तुम्ही काय खेळायचं, हे देश ठरवायला लागल्यावर माणूस स्वातंत्र्य गमवायचा आणि देश पदक मिळवायचा. आज साम्यवादाचा पोलादी पडदा गेला. त्याबरोबर जर्मनी, रशिया वगैरेची दादागिरी कमी झाली. चीनची दादागिरी अजून सुरू आहे.

आपण ना विज्ञानाची गीता वाचतो, ना श्रीमंत सुविधा पुरवतो. जे खेळाडू आपल्याला पदक मिळवून देतात; ते स्वतःचे कष्ट, स्वतःची गुणवत्ता, ह्यामुळे ते मिळवतात. भारताच्या गावागावांत विज्ञानाची गीता वाचा आणि सुविधा द्या— आपण चीनची झोप उडवू. कारण सावरकर म्हणत त्याप्रमाणे 'संख्याबळ हेही शेवटी बळ असतंच!'

आता आपल्याकडे हे करण्याचा प्रयत्न केला गेला. पण त्याचं पुढे काय झालं, कळलंच नाही. स्पोर्ट्स ॲथॉरिटी ऑफ इंडियाने वंशशास्त्र आणि आधुनिक विज्ञानाच्या आधारे काही शोध हाती घेतले होते. हा शोध मणिपूर आणि मिझोरामच्या जंगलात घेतला जात होता. छोटा नागपूरजवळच्या आदिवासी वस्तीत घेतला गेला. कर्नाटक आणि हैदराबादेत अशी एक जमात आहे, जी

जेनेटिक दृष्ट्या कालेनजिन आणि किबित जमातीच्या जवळची आहे. त्या जमातीतल्या खेळाडूंनी १९६३ नंतर धावण्याच्या शर्यती गाजवल्या आहेत.

गुजरातच्या गीर जंगलात जी जिद्दी जमात आहे, ती पुन्हा आफ्रिकन लोकांच्या वंशावळीतली आहे. तिथून धावपटू शोधण्याचा प्रयत्न होतोय. केरळात रोइंग आणि कनोइंगच्या शर्यती तिथल्या उत्सवात होत असतात. त्यांतून खेळाडू शोधण्याचा प्रयत्न होत होता.

पण पुढे काय झालं? ही गोष्ट साधारण १९८६-८८ ची. आतापर्यंत चांगले खेळाडू मिळायला हवे होते. लिंबाराममुळेही आर्चरीमध्ये आपली अधिक प्रगती व्हायला हवी होती. पण कुठे तरी आपण अडकून पडलोय. राजकीय इच्छाशक्तीही कमी आहे. जरा नीट डोळे उघडून शोध घ्या. सावरकरांचं संख्याबळाचं तत्त्वज्ञान नक्की खर ठरेल.

❐❐

७. सर्वश्रेष्ठ ऑलिम्पियन?

अखेर अपेक्षेप्रमाणे फेल्प्स नावाच्या देवमाशाने अविश्वसनीय विक्रमाला गवसणी घातली. त्याला 'बाल्टिमोर बुलेट' असं म्हटलं जातं. गोळीने अर्जुनाप्रमाणे पक्ष्याच्या डोळ्याचा वेध घेतला. ज्या रशियाच्या (आणि आता युक्रेनच्या) लॅरिसा लॅटिनिनाचा १८ पदकांचा विक्रम त्याने मोडला, ती लंडनमध्ये आहे. त्याचं पंधरावं सुवर्णपदक आणि अर्थातच रेकॉर्ड ब्रेकिंग पदक फेल्प्सला द्यायची तिची इच्छा होती. ते दृश्य खरं ऐतिहासिक ठरलं असतं. पण, अरसिक इंटरनॅशनल ऑलिंपिक असोसिएशनने ते लेबनॉनच्या बास्केटबॉल असोसिएशनच्या अध्यक्षाला द्यायला सांगितले. आपल्या देशातच असं घडतं, असं नाही; जगात सर्वत्र खेळाडूपेक्षा पदाधिकारी मोठा असतो. लॅटिनिनाने १९५६ ते १९६४ अशा तीन ऑलिम्पिक्समध्ये प्रत्येक वेळी सहा अशी १८ पदकं मिळवली होती. एक बॅलन्सिंग बीम सोडला, तर तिने भाग घेतलेल्या प्रत्येक प्रकारात तिला पदक मिळालं होतं.

फेल्प्सने या विक्रमाकडे सुवर्णझेप घ्यावी, असे अनेकांना वाटत होते, ते स्वप्न अर्धवट पूर्ण झाले. बटरफ्लायमध्ये त्याला चांदीतच समाधान मानावं लागलं. जो मुलगा या इव्हेंटमध्ये सोन्याचा चमचा घेऊन जन्माला आला होता, त्याला चांदीवर समाधान मानावं लागणं म्हणजे मुकेश अंबानीला उडुपीत खायला लावणं होतं. त्याच्या सहा फूट ७ इंच आर्म्स बॅन्डमुळे त्याने ही शर्यत

सोन्याचा पदकांना फ्लेप्सचा लळा भलताच लागला

त्याची जहागिरी करून टाकली. १/५०० सेकंदाने ही जहागिरी त्याला दक्षिण आफ्रिक्रेच्या चाडला द्यावी लागली. या शर्यतीत तो जागतिक स्तरावर २००१ पासून कधीही हरला नव्हता. शेवटी रिले शर्यतीने त्याला सुवर्णपदक दिले. त्या रिलेच्या शेवटच्या टप्प्यात तो बंदुकीच्या गोळीसारखा गेला. पण, शेवटी ती बंदूक त्याच्या एकट्याची नव्हती. अर्थात, अजून त्याचे खांदे त्याने टाकलेले नाहीत. तीन इव्हेन्ट्स शिल्लक आहेत. तो विक्रम आणखीन वरच्या स्तरावर नेऊ शकतो.

ह्या आधी १५ सुवर्ण, २ रौप्य, २ कांस्य ऑलिंपिक पदकं, २५ जागतिक विजेतीपदं आणि ३९ विश्वविक्रम ही कमाई एका कपाटात राहू शकत नाही; त्यासाठी म्युझियमच उघडायला लागेल. जिथे एक पदक हे आयुष्याचं ध्येय असतं, तिथे एका आयुष्यात फेल्प्स किती आयुष्य जगला पाहा! पण, तरीही तो सर्वोत्तम ऑलिम्पियन आहे का? ह्या बाबतीत मतभेद होऊ शकतात. तो सर्वोत्तम जलतरणपटू आहे, ह्यात वाद नसावा. मार्क स्पिट्झने जेव्हा सात

सुवर्णपदकं म्युनिच ऑलिंपिकमध्ये मिळवली, तेव्हा पुन्हा मार्क स्पिट्झ सापडणं, हे पुन्हा लता मंगेशकर सापडण्याएवढं कठीण वाटलं होतं. पण, बीजिंगमध्ये फेल्प्सने आठ सुवर्णपदकं जिंकली. तो सोडून कुणालाही असं घडेल, असं वाटलं नव्हतं. त्याच्या सातव्या सुवर्णपदकानंतर त्याच्या आठव्या सुवर्णपदकाच्या शर्यतीला मार्क स्पिट्झ गेला नव्हता. तो स्पष्टपणे म्हणाला होता, ''मला माझा विक्रम कुणी तरी खेचून घेताना पाहायचं नव्हतं.'' बरं, फेल्प्सचं यश 'एक दिवस आला, सारा मोहरा फिरून गेला' थाटाचं नाही. ती ढगफुटी नाही; ती चेरापुंजी आहे. त्याने लागोपाठच्या तीन ऑलिंपिक्समध्ये पदकं मिळवली होती. दर चार वर्षांनी येऊन परफॉर्मन्स करणं सोपं नसतं. तरीही स्टीव्ह रेडग्रेडसारखा ब्रिटिश ऑल टाइम ग्रेट ऑलिम्पिकपटू म्हणतो की, ही पदकं आणखीन एक-दोन ऑलिम्पिकमध्ये पसरली असती, तर बरं झालं असतं. फेल्प्सच्या वयाच्या दहाव्या वर्षी बाऊमनने त्याला प्रथम हेरलं होतं आणि त्याच्या आईला सांगितलं होतं, ''हा ऑलिम्पिक विजेता होईल.'' काय नजर, काय पारख आणि काय आत्मविश्वास!

पण जलतरणाला 'ट्रॅक अॅन्ड फिल्ड'चं वलय नाही. सन १९३६ मध्ये जेसी ओवेन्सला एका ऑलिम्पिकमधल्या चार सुवर्णपदकांनी ऑलिम्पिक्समधल्या देवाच्या देव्हाऱ्यात नेऊन ठेवले होते. त्यात त्याने अॅडॉल्फ हिटलरच्या वर्णवर्चस्वाच्या संस्कृतीला धक्का देण्याचंही वलय होते किंवा १९५२ चा हेलसिंकीमधला एमिल झाटोपेकचा पराक्रम— ५०००, १०००० मीटर्स आणि मग मॅरेथॉनमधलं सुवर्णपदक. हा मानवी स्टॅमिनाचा कडेलोट मानला गेला होता. नंतर कार्ल लुईसची चार वेगवेगळ्या ऑलिम्पिक्सची लांब उडीतली पदकं आणि धावण्याच्या शर्यतीतली पाच सुवर्ण. त्यामुळे लुईसही त्या देव्हाऱ्यात गेला होता. किंवा इंग्लंडचा सर स्टीव्ह रेडग्रेव्ह! त्याने वल्हवण्याच्या शर्यतीत पाच सुवर्णपदकं जिंकली आणि शेवटचं ३८ व्या वर्षी. मधुमेह आणि कोलायटिस ह्या आजारांशी झगडत! अर्थात निव्वळ सोन्याच्या श्रीमंतीचा विचार केला, तर फेल्प्सचा कुबेरालाही हेवा वाटेल! कारण, कुबेराकडे जगातली सर्व श्रीमंती असेल, पण सुवर्णपदक नाही. पण, पदकांची संख्या हे एकच सर्वश्रेष्ठत्वाचं लक्षण असू शकत नाही.

तसं म्हटलं तर डेकेथलॉनमधला एखादा डेल थॉमसन हा सर्वश्रेष्ठ ठरू शकतो. कारण, तो खरा अष्टपैलू असतो. तो विविध खेळांत भाग घेऊन चॅम्पियन होतो. पण, त्याला दुसरी बाजू असते. त्यांना शंभर मीटर्समध्ये बोल्टबरोबर शर्यतीत उतरायचं नसतं किंवा अडथळ्याच्या शर्यतीत लिड

झियांगविरुद्ध! फेल्प्सचा पराक्रम एकाच खेळात आणि त्यातल्या एकमेकांच्या जवळ असलेल्या स्पर्धांमधला असला, तरी त्या-त्या शर्यतीतल्या सर्वोत्कृष्टविरुद्ध त्याने शर्यतीत भाग घेऊन तो जिंकलाय. म्हणून तो ऑलिम्पिकमधल्या देव्हाऱ्यातला प्रमुख देव आहे. तो आता उताराला लागलाय. पण, निवृत्त होईल? मार्क स्पिट्झ म्हणतो, "तो कॉलेजमध्ये गेला नाही. तो निवृत्त होऊन काय करणार? तो दोन वर्षांनी निवृत्तीनंतर बाहेर येईल आणि पुढच्या ऑलिम्पिकमध्ये भाग घेईल. पाणी हे त्याचं जग आहे."

खरंय, देवमासा पाण्याशिवाय कसा जगू शकतो?

□□

८. शोधा म्हणजे सापडेल...

हा स्तंभ लिहीत असताना, भारताकडे फक्त एकच पदक आहे. हा लेख छापून येईपर्यंत ती एखाद-दोन आकड्यांनी वाढावीत, ही अपेक्षा आहे; पण ऑलिम्पिक्समध्ये भारतासाठी तरी वसंत ऋतू नाही. आपल्याला उगाच हिरवी वाटणारी पेस, भूपती, दीपिकाकुमारी वगैरे पाने गळून गेली. हा शिशिर संपणार की नाही, हे पुढचे काही दिवस ठरवतील. ऑलिम्पिक्समधला इंग्लंडचा शिशिर मात्र संपलाय. दोन सुवर्णपदकांनंतर संपूर्ण ग्रेट ब्रिटन मोहरून गेलंय; नाही तर कालपर्यंत इथल्या सर्व वर्तमानपत्रांत निराशेचा सूर होता. कारण, देखण्या उद्घाटन समारंभानंतर हौसेने भरवलेल्या ह्या ऑलिम्पिक्समध्ये त्यांच्या मनासारखं काहीच होत नव्हतं. कॅनडाने मॉन्ट्रियलमध्ये १९७६ मध्ये ऑलिम्पिक भरवलं आणि त्यांना एकही सुवर्णपदक मिळालं नाही. इंग्लंडची तशी अवस्था होते की काय, असं त्यांना वाटलं.

भरपूर परदेशी पाहुणे लंडनमध्ये येतील आणि मग काय— फायदाच फायदा, अशीही त्यांची महत्त्वाकांक्षा होती; पण त्यांचा अपेक्षाभंग झाला. किंबहुना, ऑलिम्पिक्समध्ये तुफान रेटारेटी होईल, ह्या भीतीने 'कट्टर पर्यटक' इथे आलेच नाहीत. लंडनमध्ये ऑलिम्पिक्स आहे, हे स्टॅंडफोर्ड स्टेशनवर आल्यावर वाटायला लागतं. तिथे उरूस भरलाय; पण ऑलिम्पिक्सची चाहूल इतरत्र लागतेय, असं नाही. 'तिकिटं सर्व आधीच संपली', अशी आवई ऑलिम्पिक सुरू होण्याआधी

सर्वत्र उठली होती. स्टेडियममधल्या बऱ्याच रिकाम्या जागा पाहून अनेक प्रश्न विचारले गेले. त्यांतला महत्त्वाचा होता, 'तिकिटं संपली होती ना? मग माणसं कुठे गेली?' त्याचं उत्तर देताना फ्रेंच प्रेसिडेंट हॉलंडेने टोमणा मारला, "खूप कॉर्पोरेट तिकिटे वाटलेली दिसतायत. आम्ही जेव्हा ह्या खेळाचं आयोजन करू, तेव्हा ह्या गोष्टी ध्यानात ठेवल्या पाहिजेत. आम्हाला सुवर्णपदकं हवीत, फक्त पैसे नकोत. आम्ही पदकांबद्दल बोलतो, पैशाबद्दल नाही." फ्रान्स आणि इंग्लंड ह्यामध्ये नेहमीच 'लव्ह-हेट' रिलेशनशिप असते. आजही फ्रान्समध्ये तुम्ही एखाद्याशी इंग्लिशमध्ये बोललात, तर तो त्याला इंग्लिश येत असूनही इंग्लिशमध्ये बोलणार नाही. हॉलंडेला उत्तर देताना इंग्लंडचे पंतप्रधान कॅमरून म्हणाले, "नाही, नाही— त्या जागा जगभरातले खेळाडू, अधिकाऱ्यांसाठी होत्या. त्या भरल्या गेल्या नाहीत; त्या विकायची सोय आम्ही करतोय." फ्रान्सने ऑलिम्पिक्स भरवण्यासाठी पॅरिसचं घोडं पुढे दामटलं होतं, पण लंडनने बाजी मारली, हेही या वाक्‌युद्धामागचं कारण असू शकतं; पण गाल लाल केल्यावर त्यावर मॉईश्चरायजर लावण्याचा प्रयत्न नंतर फ्रेंच अध्यक्षांनी केला. 'लंडनने काय सुंदर आयोजन केलंय', असं कौतुकही केलं.

कालच्या दोन सुवर्णपदकांनी इंग्लंडला उतारा मिळाला. मुख्य म्हणजे, त्यांच्या नव्या क्रीडा धोरणाच्या झाडावर रसाळ-गोमटी फळं येतील, अशी त्यांना आशा वाटायला लागली.

हे क्रीडा धोरण काय आहे? एका स्तंभात मी साम्यवादी देशांच्या क्रीडा धोरणाचा उल्लेख केला होता— आठवतो? त्या धोरणाचा हे धोरण म्हणजे चुलत भाऊ आहे. आतापर्यंत त्यांचं आपल्याप्रमाणे चाललं होतं. हौसेने स्वीकारलेल्या खेळातल्या खेळाडूंमधून ऑलिम्पियन्स तयार करायचे. थोडक्यात— समजा, मी धावपटू आहे. माझ्यात शाळेच्या किंवा आसपासच्या स्तरावर गुणवत्ता दिसली, तर पाठिंबा देऊन त्या खेळातला चॅम्पियन मला बनवण्याचा प्रयत्न करायचा; पण ह्या वेळी 'स्पोर्टिंग जायंट्स' ह्या स्कीमखाली गुणवत्ता शोधणारी माणसं त्यांनी शाळा, स्पोर्ट्स सेंटर वगैरे ठिकाणी पाठवली. तिथल्या प्रशिक्षकांशी चर्चा केली गेली आणि खेळाडूंच्या स्वतःच्या आवडीपेक्षा त्यांचं शरीर, त्यांची क्षमता ह्यानुसार त्यांनी कुठला खेळ स्वीकारावा आणि कोण पदक मिळवून देऊ शकतं, हे ठरवलं गेलं. उंच मुलांना वल्हवणं, व्हॉलिबॉल आणि हॅन्डबॉलमध्ये पाठवण्यात आलं. म्हणजे नेमकं काय केलं, ते नीट सांगतो.

हेलॅन ग्लोव्हरने त्यांना ह्या गेम्समधलं पहिलं सुवर्ण हे रोइंग (वल्हवणं)

लंडनमध्ये इंग्लंडला पहिलं सुवर्ण पदक मिळवून दिलं.

मध्ये मिळवून दिलं. तिला आवड होती क्रॉसकंट्री, धावणं, टेनिस, पोहणं आणि हॉकीची. पण तज्ज्ञांच्या लक्षात आलं की— नाही, तिचं भवितव्य तिने रोइंग केलं, तर उज्ज्वल आहे. तिला रोइंग हा खेळ स्वीकारण्याची विनंती करण्यात आली. लोकशाही राष्ट्रात विनंती करतात; साम्यवादी चीनमध्ये 'बळजबरी' होते. फरक फक्त एवढाच!

ती हेलन ग्लोव्हर म्हणते, "साडेचार हजारांच्या ग्रुपमधून मला निवडण्यात आलं. आम्ही बिराज ॲबेला सर्व एका खोलीत बसलो होतो, तेव्हा कुणी तरी म्हणाले, २०१२ लंडन ऑलिम्पिक्सचा सुवर्णपदक विजेता ह्या खोलीत आहे. मी स्वत:ला म्हटलं, मी ती का असू शकत नाही? त्या वेळी ते मला स्वप्न वाटत होतं."

गेल्या चार वर्षांत ब्रिटनने असे दहा स्पोर्टिंग जायंट्स निवडले आहेत आणि त्यांच्याकडून त्यांना अपेक्षा आहेत. शरीर, त्याची क्षमता, उंची, वजन आणि विशिष्ट खेळ ह्यांचं जुळणारं गोत्र जगभर सापडतं. झँग झुका ही चीनची

बास्केटबॉल खेळाडू सात फूट दोन इंच उंच आहे (आणि सर्वसाधारणपणे चिनी बुटके असतात), तर जपानची जिम्नॅस्ट आसुका टेरॅमोंटो फक्त ४ फूट व ५ इंच उंच आहे आणि तीस किलो वजनाची आहे. बीजिंग ऑलिम्पिक्समध्ये वाइल्ड कार्ड घेऊन एक ज्युडो खेळाडू आला. त्याला पाहून त्याचं नाव 'लिटल माउंटन' ठेवलं गेलं. त्याचं वजन २१० किलो होतं. आज लंडनमध्ये त्याचं वजन २९६ किलो आहे.

अर्थात, शारीरिक क्षमता म्हणजे सर्व काही नव्हे. पदक जिंकण्यासाठी इतर अनेक गोष्टींची आवश्यकता असते; पण विज्ञानाची मदत घेऊन खेळाडूंची शारीरिक आणि रक्ताची, स्नायूंची तपासणी करून खेळाडू तयार करणे, हा एक महत्त्वाचा भाग आहे. लोकशाही देशातही असे खेळाडू घडवता येतात. मग आपण कशाची वाट पाहतोय? एवढी प्रचंड लोकसंख्या असताना आपण एक नादिया, एक हेलेन ग्लोव्हर, एक विगिन्स, एक फेल्प्स निर्माण करू शकत नाही का? नक्की करू शकतो. ते भारतात कुठे ना कुठे नक्की आहेत; पण त्यांना शोधायला हवे. शोधणार कोण? आधी ह्याचा शोध घ्यायला लागेल. असो!

□□

९. सचिन आणि विगिन्स

काल विजयेंद्रला लढताना आणि विजयश्री खेचून आणताना पाहून बरं वाटलं. पदकांच्या आशा पुन्हा पल्लवित झाल्या. चीन-अमेरिका पदकं 'ओरपत' असताना आपण 'आपल्या ताटात काय पडतंय', ह्याकडे डोळे लावून असतो. कांस्यपदकही आपल्यासाठी क्रांतिकारक असतं. मग लहान मुलांचं कौतुक करावं तसं कौतुक सुरू होतं. पण कौतुक कसं करावं, हे आपल्याला बहुधा दीडशे वर्षांच्या राजवटीत ब्रिटिशांनी शिकवलं. परवा जसं भारतात घडलं, तसं इंग्लंडमध्ये घडलं. म्हणजे काय, ते सांगतो. सचिन तेंडुलकर शतकी शतकाच्या जवळ आल्यानंतर संपूर्ण भारत आपले सर्व इतर प्रश्न विसरून एका प्रश्नाकडे डोळे लावून होता की, 'सचिनला भारतरत्न कधी मिळणार?' इथे इंग्लंडमध्ये ब्रॅडली विगिन्सला सायकलिंगमधलं सुवर्णपदक मिळाल्यानंतर संपूर्ण इंग्लंडला डोहाळे लागले की, ह्या विगिन्सला 'सर' पदवी देऊन टाकावी. ट्विटरमुळे हल्ली कुणीही आपलं मत जगापुढे मांडू शकतं; पण भारताप्रमाणे इथले राजकीय नेते किंवा खासदारही वाहत्या गंगेत हात धुऊन घेतात. लंडनची खासदार एमिली थॉर्नबेरी म्हणाली, "विगिन्स हा राष्ट्रीय हीरो आहे, एक उत्तम रोल मॉडेल! जर कुणाला 'सर' हा किताब मिळायला हवा, तर त्यालाच.'' आपण सचिनबद्दल नेहमी ह्याच सुरात बोलतो. इंग्लंडमध्ये 'शॅडो मिनिस्टर' असतात. त्यांचे शॅडो स्पोर्ट्स मिनिस्टर क्लाईव्ह इफोर्ड म्हणाले, ''हा इंग्लंडचा सर्वांत देदीप्यमान

ऑलिम्पियन आहे. सर क्रिस हॉली किंवा सर स्टीव्ह रेडग्रेव्हप्रमाणे 'सर' पदवी त्याला मिळायलाच हवी.''

एक गोष्ट खरी की, विगिन्सचा परफॉर्मन्स मोठा आहे. त्याने टूर द फ्रान्स हे सायकलिंगमधलं एव्हरेस्ट पार केलंय. एवढंच नाही, तर ज्या सायकलिंगच्या प्रकारात तो यश मिळवतो, त्यावरुन दिसतं की, ४ किलोमीटर्स, ४४ किलोमीटर्स आणि ४ हजार किलोमीटर्स ह्या तिन्ही शर्यतींत तो दादा ठरू शकतो. ४४ किलोमीटर्सची शर्यत त्याने ताशी ५२ किलोमीटर्सच्या वेगाने जिंकली. (सायकलमध्ये काय मोटर कार लपवली होती की काय?) त्याच्याकडे सात ऑलिम्पिक पदकं आहेत. त्यांतली चार सुवर्ण! त्यामुळे त्याला 'सर' देण्यात चुकीचं काही नाही आणि 'सर' अन् 'भारतरत्न'ची तुलनाही होऊ शकत नाही. 'सर' हे सह्याद्रीचं शिखर असेल, तर 'भारतरत्न' हे हिमालयाचं शिखर आहे. पण मला सांगायचीय ती यशाने भारावून जायची वृत्ती! यश हे असं टॉनिक आहे किंवा औषध आहे म्हणा की, ते खेळाडूचं आयुष्य बदलू शकतं आणि देशाचं डिप्रेशन कमी करू शकतं. तसंच अपयशाचं आहे. ज्या चीनच्या यू चॅंगला 'मॅचफिक्सिंग' प्रकारासाठी ऑलिम्पिक्सच्या बाहेर काढलं गेलं, तिने त्या दुःखात बॅडमिंटन सोडून दिले. यश आणि अपयश अशा वेगवेगळ्या टोकाच्या प्रतिक्रिया प्रसृत करू शकतात.

विगिन्स हा इंग्लंडचा सचिन तेंडुलकर नाही, कारण लोकप्रियतेच्या बाबतीत फक्त फुटबॉलपटू बेकहॅमची तुलना सचिनबरोबर होऊ शकते. बेकहॅम लंडनच्या रस्त्यावरून, मॉलमधून फिरू शकत नाही. विगिन्स इंग्लंडमध्ये सर्वसाधारण माणसासारखा जगत होता— टूर द फ्रान्स जिंकल्यावरही! पण, उद्या कदाचित त्याचं आयुष्य बदलेल. त्याला तीस दशलक्ष पौंडांचं पुढच्या दोन वर्षांसाठी जाहिरातीचं कॉन्ट्रॅक्ट मिळण्याची शक्यता आहे. त्याचं आयुष्य बदलू शकतं.

भारत-ब्रिटन ह्या दोन देशांच्या वृत्तींत साम्य असले, तरी दोन देशांच्या संस्कृतींत फरक आहे. त्यामुळे एक गोष्ट यशाच्या पेंट हाऊसमध्ये बसून विगिन्स करू शकला, ते सचिन किंवा कुठलाही भारतीय क्रीडापटू करू शकणार नाही. त्यानं व्होडका आणि टॉनिकमध्ये आनंद बुडवला आणि मुख्य म्हणजे ट्विटरवर जगजाहीर केला. आता कुठे आपण आपल्या देशात जिंकल्यावर शॅम्पेन उडवणं आणि थोड पिणं, हे स्वीकारलंय.

पण, विगिन्सला एका बाबतीत सचिन तेंडुलकर व्हायचं नाहीय— दीर्घकाळ टिकण्याच्या बाबतीत! हा फरक मोठा खेळाडू आणि महान खेळाडूत असतो. विगिन्सला जेव्हा विचारलं गेलं की, 'तो लान्स आर्मस्ट्राँगच्या विक्रमापर्यंत

दोघेही उत्तम रोल मॉडेल-विगिन्स

जाणार का?' तो म्हणाला, "छे, इतका काळ टिकणं आणि त्यासाठी लागणारे कष्ट घेणं मला कठीण वाटतं."

ती जिंकण्याची ईर्षा, ते इतर सुखांचं बलिदान आणि मेहनत घ्यायची तयारी— ह्या गोष्टी मोठ्या खेळाडूला इतिहासातला महान खेळाडू बनवतात. तिथेच काही खेळाडू गळतात. सुखाचे बलिदान मोठे असते. ऐन तारुण्याच्या वसंत ऋतूत जिभेवर कंट्रोल ठेवावा लागतो. बायको-मुलं, मैत्रिणीशी बोलणं फक्त फोनवर होतं. तुम्ही जगातल्या उत्तम हॉटेलात राहता; पण तिथे 'एकटेपण' जाणवतं. हे वर्षानुवर्षे करणे कठीण असतं. म्हणून काही खेळाडू धूमकेतू ठरतात; ध्रुव तारा नाही.

यूएस जलतरणपटू रॉयन लॉकटीने ह्या ऑलिम्पिकसाठी हजारो तासांची मेहतन करताना आपल्या डोळ्यांसमोर एक वाक्य लिहून ठेवलं होतं— 'London is my bitch.' वाक्य खोडकर असेल; पण त्यामागची भावना पाहा. मला दीर्घकाळ टिकणारे खेळाडू म्हणून जास्त मोठे वाटतात. क्रिकेटमध्ये इतर खेळांपेक्षा जास्त टिकणं कदाचित जास्त सोपं असतं. पण टेनिस, ॲथलेटिक्स, जलतरण, सायकलिंग वगैरे खेळात दहा वर्षं आणि अधिक टिकणं, टॉपवर

दोघेही उत्तम रोल मॉडेल-सचिन

राहणं, हे तुमचं नाणं वेगळ्या टांळसाळीतलं आहे, हे दाखवतं. एवढा मोठा मार्क स्पिट्झ; पण जेव्हा तो पुनरागमन करायला गेला, तेव्हा अपयशी ठरला. इथे एक रोइंगमधला ब्रॉन्झ पदक विजेता आहे. नाव ग्रेगसर्ल! त्याने बार्सिलोना ऑलिम्पिकमध्ये १९९२ या वर्षी सुवर्णपदक मिळवलं. त्यानंतर तो निवृत्त झाला. मग त्याला वाटलं, पुन्हा परतावं. त्याने २०१० मध्ये पुन्हा ट्रेनिंग सुरू केलं आणि ह्या ऑलिम्पिक्समध्ये कांस्यपदक मिळवलं. असं कांस्यपदक सुवर्णपदकाइतकंच महत्त्वाचं वाटू शकतं. असो, हा लेख संपवताना सायना नेहवाल हरली. वांग नावाची चिनी भिंत ती पार करू शकली नाही. सध्या तरी ऑलिम्पिक्स ही आपल्यासाठी अडथळ्याची शर्यत आहे आणि आपण धापा टाकतोय!

❐❐

१०. आफ्रिकन क्रांती

लांब पल्ल्याच्या शर्यती सुरू झाल्या की, आफ्रिकन खेळाडूंवर प्रकाशझोत वाढायला लागतो. त्यांच्या पदकांच्या संख्येत भर पडते. हा योगायोग नसतो; त्यामागे सांस्कृतिक, सामाजिक आणि राष्ट्रीय कारण आहे.

रोमच्या रस्त्यावरून अनवाणी पायाने धावून मॅरेथॉन जिंकणाऱ्या इथिओपियाच्या अबेबे बिकिलाने काळ्या आफ्रिकन राष्ट्रांच्या ऑलिंपिक्सच्या इतिहासाचं पहिलं पान लिहिलं.

त्यातून अनेक गोष्टी जगापुढे आल्या. आफ्रिकन काळ्या माणसांची ताकद, त्यांची चपळता, त्यांचं मनोधैर्य, त्यांचं दारिद्र्य आणि लादलेल्या गुलामगिरीच्या तुटलेल्या बेड्या! काळ्या जमातीची ताकद तशी ऑलिंपिक्सच्या जगाला नवी नव्हती. अमेरिकन्स बॅग भरभरून पदकं घेऊन जायचे, त्यांत तिथल्या काळ्यांचा हिस्सा फार मोठा होता. किंबहुना, ही ताकद किती प्रचंड आहे ह्याची जाणीव धूर्त गोऱ्या मंडळींना असल्यामुळे काळ्या आफ्रिकन राष्ट्रांना निद्रिस्त ठेवण्याचाच प्रयत्न ह्या गोऱ्या मंडळींनी केला.

बिचारा पिअर द कुबर्टिन भोळा होता, स्वप्नाळू होता. ऑलिंपिक पुन्हा सुरू केल्यावर 'आफ्रिकन गेम्स' भरवायचं स्वप्न तो पाहू लागला. सन १९१२ मध्ये त्याने ते स्वप्न जगापुढे मांडलं. पण ज्यांच्या साम्राज्यावरून सूर्य मावळत नव्हता, त्यांना सर्व आफ्रिकन राष्ट्रे कुठल्याही कारणासाठी एकत्र आणणं जबरदस्त

अबेबे बिकिला दोनदा अनवाणी पायांनी ऑलंपिक जिंकली

खटकलं. ते साहजिकच होतं म्हणा! त्यांच्या साम्राज्याला धोका निर्माण होईल, अशी कुठलीच गोष्ट त्यांना नको होती. त्यांनी कडाडून विरोध केला. कुबर्टिनने १९२३ मध्ये पुन्हा जोरदार प्रयत्न केला, पण तोही निष्फळ ठरला. हताशपणे कुबर्टिन म्हणाला, ''मला वाटलं— नुसतं मोठं मानवतावादी तत्त्वज्ञान ऐकवण्यापेक्षा काही तरी करून दाखवण्याएवढे आपण परिपक्व झालो आहोत, पण माझा भ्रमनिरास झालाय. तेवढी परिपक्वता आपल्यात अजून आलेली नाही. पण मला वाटतं, ती वेळ फार दूर नाही. अनेकांचा विरोध मोडून आज ना उद्या आफ्रिकन राष्ट्रे खेळाच्या मैदानावर नक्कीच एकत्र येतील.''

आफ्रिकन राष्ट्रांतूनच त्यांना एकत्र आणणारी माणसं तयार व्हावीत, म्हणून त्याने 'आफ्रिकन मेडल'चीही घोषणा केली. आफ्रिकेत खेळण्यासाठी झटणाऱ्या व्यक्तीला दर वर्षी ते मेडल द्यायचा त्याचा मनसुबा होता. पण गुलामगिरीच्या बेड्या इतक्या घट्ट होत्या की, त्या सहजासहजी तुटल्या नाहीत. अंतर्गत बंडाळीचं विषही जहरी होतं. ते चट्कन उतरणंही कठीण होतं.

कुबर्टिनचं स्वप्न पूर्ण झालं, पण १९६५ मध्ये. ब्रॅजविल या कांगोच्या राजधानीत पहिल्या आफ्रिकन गेम्सचा मुहूर्त झाला. "Wake up Africa! The hour of unity has come!" हे त्या खेळाचं बोधवाक्य होतं.

आज आफ्रिका खंड खरंच जागा झालाय आणि अमेरिकन खेळाडूंची—

विशेषत: धावपटूंची त्याने झोप उडवलीये. रोमच्या ट्रॅक अॅन्ड फिल्ड स्पर्धेत ८०० मीटर्सपासून मॅरेथॉनपर्यंत प्रत्येक मध्यम आणि दूर पल्ल्याची शर्यत केनिया, सोमालिया आणि मोरोक्कोच्या धावपटूंनी १९८७ मध्ये जिंकली. हा निव्वळ योगायोग नव्हता, हे दाखविण्यासाठी त्यांनी नंतर न्यूझीलंडमध्ये वर्ल्ड क्रॉस कंट्री चॅंपियनशिपमध्ये धुमाकूळ घातला.

केनिया आणि इथिओपिया ह्या आफ्रिकन राष्ट्रांतल्या धावपटूंनी १९६०-६४ पासूनच जगाला त्यांची ताकद दाखवायला सुरुवात केली होती. अबेबे बिकिलाची गादी मॅम्पेवोल्डने १९६२ मध्ये मेक्सिकोला मॅरेथॉनमध्ये चालवली. तिथे केनियातून किप्रुगट उदयाला येत होता. त्याला १९६४ मध्ये ८०० मीटर्स शर्यतीत कांस्यपदकच मिळालं; पण १९६८ आणि ७२ मध्ये नफ्ताली टेमू, अमोस बिवॉट आणि किप किनोची त्याला साथ लाभली.

किनोने १५०० मीटर्स आणि स्टीपलचेसमध्ये वर्चस्व गाजवलं. मग केनियाच्या त्या प्रसिद्ध नंदी जमातीतून हेन्री रोनो अवतरला. त्याने १९७८ मध्ये अवघ्या तीन महिन्यांत ३००० मीटर्स स्टीपलचेस, ५००० मीटर्स आणि १०००० मीटर्समधले जागतिक विक्रम हस्तगत केले. त्यामुळे अख्खं अॅथलेटिक जग हादरलं.

पण ऑलिंपिकच्याबाबतीत बहिष्काराच्या रूपानं दुर्दैव आडवं आलं. सन १९७६ मध्ये मॉंट्रियल आणि १९८० मध्ये मॉस्को ऑलिंपिक्सवर आफ्रिकेतल्या आघाडीच्या राष्ट्रांनी बहिष्कार टाकला. त्यामुळे त्यांच्या प्रगतीत अचानक खंड पडला.

सन १९८३ मध्ये हेलसिंकीच्या वर्ल्ड चॅंपिनशिपमध्ये इथिओपियाच्या केबेडे हालचाचं मॅरेथॉनमधलं रौप्य आणि ओविटाचं १५०० मीटर्समधलं कांस्यपदक सोडलं, तर इतर स्पर्धेत नन्नाचाच पाढा होता.

सन १९८४ मध्ये लॉस एंजलिस ऑलिंपिक्समध्ये मात्र पुन्हा एकदा यशाची चटक आफ्रिकन धावपटूंना लागली. मधल्या काळातल्या त्यांच्या अपयशाबद्दल त्यांचा महान खेळाडू किप किनो म्हणाला होता, "तुमच्या डोळ्यांसमोर जर महत्त्वाच्या स्पर्धा नसतील, जिंकायचं ध्येय नसेल; तर सर्व ईर्षाच मरून जाते. १९७६ आणि ८० मध्ये ऑलिंपिक्स चुकल्यावर आमच्या खेळाडूंची जिंकण्याची ईर्षा मरून गेली होती. साहजिकच त्याचा परिणाम त्यांच्या खेळावर झाला.''

आफ्रिकेलाही धावपटूंची खाण अचानक सापडलेली नाही; ती तिथेच होती. फक्त तिचं वैभव हल्ली जगापुढे यायला लागलंय. केनिया, इथिओपिया

यांसारखे देश समुद्रसपाटीपासून उंचावर असल्यामुळे मुळातच त्यांचे ॲथलिट शारीरिक दृष्ट्या समुद्रसपाटीवर जन्माला आलेल्या ॲथलिटपेक्षा उजवे असतात— विशेषत: मध्यम आणि दूर पल्ल्याच्या शर्यतीसाठी! त्यात लहानपणापासून दऱ्याखोऱ्यांत धावणं त्यांच्या अंगवळणी पडलेलं असतं आणि आजकाल त्यांचे धावपटू सर्रास शिष्यवृत्ती मिळवून अमेरिकेत जात असल्यामुळे शास्त्रीय दृष्टिकोनातून तयार केलेल्या प्रशिक्षणातून तावून-सुलाखून बाहेर येतात. वेगवेगळ्या स्पर्धांतून भाग घेण्याची त्यांना संधी मिळते. म्हणूनच यश त्यांच्या वर लट्टू होतंय आणि ते यश पाहिल्यावर पुढची पिढीही त्यांच्या पावलावर पाऊल ठेवायला सिद्ध होते.

अबेबे बिकिलाने सुरू केलेल्या इतिहासाचं ग्रंथात रूपांतर व्हायला आता वेळ लागणार नाही. लंडनला त्याची प्रचिती नक्कीच येईल.

❑❑

११. अनमोल 'बोल्ट'

ऑलिम्पिकला 'द ग्रेटेस्ट शो ऑन द अर्थ' म्हणतात आणि त्यातली ग्रेटेस्ट स्पर्धा म्हणजे, जगातला सर्वांत वेगवान मानव ठरणारी शंभर मीटर स्प्रिंट! आज रात्री तुडुंब भरलेलं स्टेडियम या मानवाला पाहणार. स्टेडियममध्ये जाण्याएवढे जे लंडनवासीय नशीबवान नाहीत, ते टीव्हीवर पाहतील. ज्यांना मद्य आणि मदनिकांच्या सहवासात हा इव्हेंट पाहायचाय, त्यांच्यासाठी मध्य लंडनमध्ये जागोजागी मोठे स्क्रीन आहेत. ऑलिम्पिक इथे मस्तपैकी मस्तीत पाहता येतं. ऑलिम्पिकची ही शोकेस स्पर्धा आहे. काही सेकंदांत संपणाऱ्या या स्पर्धेसाठी सर्वाधिक रकमेची तिकिटं आहेत. सरकारी स्तरावर जी तिकिटं विकली गेली, त्यांत सर्वाधिक तिकिटं या स्पर्धेची आणि त्या खालोखाल बीच व्हॉलिबॉलची खपली. एकीकडे मानवी वेगाचा स्फोट, दुसरीकडे सौंदर्याचे बॉम्ब. जगभरातल्या सरकारी मंडळींना या गोष्टींचं आकर्षण असतंच असतं.

हा सर्वांत वेगवान मानव कोण असणार? या क्षणी हा प्रश्न कुणाला विचाराल, तर ९९% रसिक उत्तर देतील— उसेन बोल्ट! मशिनगनच्या गोळीनेही त्याच्या वेगाकडे थक्क होऊन पाहावं, असा जमैकाचा धावपटू. एक टक्क्यात तुम्हाला ब्लेकचे पाठीराखे सापडतील. तोही जमैकाचाच. त्याचा मित्र, पार्टनर म्हणा. बोल्टचा सराव त्याच्याबरोबर असतो. जमैकात ऑलिम्पिक ट्रायल्समध्ये

बोल्ट जगातला सर्वात वेगवान मानव तो वाऱ्यालाही मागे टाकतो

ब्लेकने बोल्टला हरवलं आणि लोकांचा डोळ्यांवर विश्वास बसेना. बोल्टपेक्षा फक्त प्रकाशाचा वेगच नाइलाजाने जास्त आहे, असे बोल्टच्या चाहत्यांचं मत आहे. अमेरिकन जलतरणपटू मायकेल फेल्प्सबद्दल मी बरंच लिहिलं. तुम्ही अधिक वाचलंही असेल. पण लोकप्रियता आणि वलयाच्या बाबतीत या क्षणी तो बोल्टच्या जवळ येऊ शकत नाही. लंडन ऑलिम्पिकसाठी ७० हजार स्त्री-पुरुषांनी स्वयंसेवक व्हायची तयारी दाखवली, त्यांतल्या निम्म्यांना बोल्टजवळ काम हवं होतं. परवा बोल्ट गेम्स व्हिलेजमध्ये चारचौघांसारखा चिकन नगेट्स घेण्यासाठी उभा राहिला. त्याला वीस तुकडे हवे होते; फक्त सहा मिळाले. ती बातमी झाली. बोल्ट या वेळी शंभर आणि दोनशे मीटर स्प्रिंट जिंकला, तर लागोपाठच्या ऑलिम्पिकमध्ये ही स्पर्धा जिंकणारा तो पहिला मानव असेल. आज बोल्ट जिंकला, तर ठीक आहे. तो हरला आणि ब्लेक जिंकला, तर ९० टक्के माणसं ब्लेक जिंकला ऐवजी बोल्ट हरला, असं म्हणणार. बोल्टचं माहात्म्य हे आहे.

लहान मुलाचे पाय पाळण्यात दिसतात, असं म्हणतात. बोल्टचे लहानगे पाय २००४ पासून ट्रॅकवर दिसले. त्याने २००४ मध्ये वयाच्या १७ व्या वर्षी २०० मीटर्सची शर्यत धावताना २० सेकंदांची भिंत मोडली. म्हणजे २० सेकंदांपेक्षा कमी वेळेत तो धावला. अनेकांनी आपले डोळे तपासून घेतले. त्या काळात तो १०० मीटर्सची शर्यत अधून-मधून धावायचा. सन २००८ च्या उंबरठ्यावर तो १०० मीटर्स १०.०३ सेकंदांत धावला. हा जेसी ओवेन्सच्या काळातला (१९३६) वेग होता. आज त्याला पिस्तुलाची गोळीसुद्धा कुणी नाही म्हणणार आणि २०० मीटर्स तो १९.७५ सेकंदांत धावला पण एक वर्ष संपायच्या आत २००८ च्या बीजिंग ऑलिम्पिकमध्ये बोल्टने विश्वविक्रम मोडला. तो शंभर मीटर्स फक्त ९.६९ सेकंदांत धावला. आणि पुढच्या चार दिवसांत त्याने २०० मीटर्समध्ये जॉन्सनचे रेकॉर्ड ०.२ सेकंदाने खाऊन टाकले. जॉन्सनने जेव्हा १९.३२ सेकंदांचे रेकॉर्ड केले, तेव्हा अनेकांना वाटलं— हा विक्रमाचा 'द एण्ड'. बोल्टने एण्ड बदलला. सहा फूट पाच इंच उंचीचा बोल्ट दहा फुटांची पावलं टाकत धावला तेव्हा देवाने त्याला अतिरेकी गुणवत्ता देऊन इतरांचे नुकसान केलंय, असं वाटलं. इथेच त्याने जिंकल्यावर ती आकाशाकडे बोट दाखविणारी सुप्रसिद्ध पोझ घेतली आणि तो 'फिल्ड अँण्ड ट्रॅक'चा सर्वांत मोठा सेलिब्रिटी झाला.

बोल्ट तिथेच थांबला नाही. २००९ मध्ये बर्लिन विश्व स्पर्धेमध्ये तो १०० मीटर्स फक्त ९.५८ सेकंदांत धावला, २०० मीटर्स तो १९.१९ सेकंदांत धावला. आधुनिक विज्ञान, ट्रेनिंग, कपडे, बूट वगैरे गोष्टींमुळे वेळ कमी होत गेली. ओवेन्सच्या जमान्यापासून आजपर्यंत ते अपेक्षितच होते. पण बोल्टच्या प्रगतीचा वेगही अविश्वसनीय वाटायला लागला. मग कॉन्ट्रॅक्टर्स आणि त्याबरोबर डॉलर्स त्याच्याकडे धावायला लागले. चार सुवर्णपदकं १९३६ मध्ये जिंकल्यावरही उदरनिर्वाहासाठी जेसी ओवेन्स घोड्यांबरोबर शर्यती खेळायचा. इथे बोल्टला 'साईन' करण्यासाठी पुरस्कर्त्यांत शर्यत लागली. एका शर्यतीसाठी तो आता दोन लाख ५० हजार डॉलर्स घेतो. त्याला दिले जातात. कारण लोक त्याला पाहायला येतात. टी. व्ही. चॅनेल्स पैसे फेकतात. बोल्ट हा फक्त खेळाडू नाही; तो एक सांस्कृतिक फिनॉमिनन आहे. तो किती श्रीमंत आहे? संपूर्ण ट्रॅक ॲण्ड फिल्डच्या ॲथलिटना मिळणाऱ्या पैशातले ८० टक्के पैसे एकट्या बोल्टला मिळतात. केवढी विषमता! तरी पॉल डॉएल हा अमेरिकन खेळाडूंचा एजंट म्हणतो, बोल्टला त्याच्या कर्तृत्वाच्या मानाने कमी पैसे मिळतात. थोडक्यात,

तो अनमोल आहे.

पण २०११ पासून त्याला त्याच्या पाठीने त्रास दिला. मग त्याचा परफॉर्मन्स घसरला. विश्वविक्रमानंतर त्याचं १०० मीटर्सचे सर्वांत चांगलं टायमिंग ९.७६ सेकंद आणि २०० मीटर्सचं १९.४० सेकंद आहे. गेल्या दोन वर्षांत ब्लेकने त्याला मागे टाकलं. पण तो आता सावरलाय, असं बोल्टला वाटतं. तो म्हणतो "People say, I am big. I say no, but after these Olympics if I can do what I did in Beijing, I am gonna blow up on my God."

देव बोल्टचाच आहे की ब्लेकचा झालाय, की आणखी कुणाचा— ते रविवारी रात्री कळेल.

◻◻

१२. देवाची करणी

हा स्तंभ वाचत असताना, जगातला सर्वांत वेगवान मानव कोण, हे सिद्ध झालं असेल; पण तो जमैकन किंवा अमेरिकन असायचीच दाट शक्यता आहे आणि त्यात पुन्हा तो काळा मानव असावा— एखादा गोरा दिसला तर जगात चमत्कार होतात, असं मानायला हरकत नाही.

हे असं असावं, ते तसं असावं— हे सांगण्यामागे काहीही जादूटोणा नाही. 'देवाची करणी आणि नारळात पाणी' असं म्हणून भुवया उंचावून सोडून द्यायची ही गोष्ट नाही. ही देवाची करणीच आहे; पण माणसाने विज्ञानाची तपश्चर्या केली की, देवाचं मन ओळखता येतं आणि त्याप्रमाणे देवाला प्रसन्न करून त्याच्याकडून सुवर्णपदकं मिळवता येतात.

माणसामध्ये दोन प्रकारचे स्नायू असतात. एक— वेगात आकुंचन पावणारे स्नायू आणि दुसरे— हळू आकुंचन पावणारे स्नायू. सर्वसाधारण पणे ज्यांचे स्नायू वेगात आकुंचन पावतात, ते खेळाडू 'स्फोटक' कामगिरी जास्त अधिक चांगली करू शकतात. म्हणजे, १०० मीटर्स, २०० मीटर्स स्प्रिन्ट्स वगैरे! ज्यांचे स्नायू हळू आकुंचन पावतात, ते दमदारपणा— स्टॅमिना दाखवू शकतात. ते लांब पल्ल्याच्या शर्यतीत भाग घेतात. त्याला आणखीन एक बाजू आहे. ह्यातली दादा मंडळी केनिया, इथिओपिया वगैरे पूर्व आफ्रिकी देशांतली असतात. कारण, ते समुद्रसपाटीपासून काही हजार फुटांवर जन्माला येतात, वाढतात.

तिथे प्राणवायू कमी असतो. त्यामुळे त्यांच्या हृदयाची आणि फुफ्फुसाची क्षमता नैसर्गिकरीत्या जास्त असते. अर्थात, हे इतर खेळाडूंच्या बाबतीतही घडू शकतं; पण ह्या गोष्टी तुमच्या शरीरात नसतील. थोडक्यात, तुम्हाला देवाने पृथ्वीवर पाठवताना हे गाठोडं दिलं नसेल, तर पृथ्वीवर तुम्ही भगीरथाला लाजवणारे प्रयत्न केलेत किंवा 'सुवर्णपदक मिळव, मी तुझीच' असं कतरिना कैफने सांगितलं (सलमान गाल फुगवून बघतोय का पाहा?), तरी तो खेळाडू पदक मिळवू शकत नाही. ह्या बाबतीत देवाची करणी महत्त्वाची! फेल्प्सने दोन हात बाजूला पसरले, तर ते सहा फूट सात इंच भरतात. त्याची उंची सहा फूट चार इंच आहे. उंचीपेक्षा हाताचा घेर मोठा. त्याच्या फुफ्फुसाची क्षमता बारा लिटर्स आहे— सामान्य माणसाच्या दुप्पट! म्हणून तो जिंकतोय.

तसेच स्प्रिन्टर्सच्या बाबतीत आहे. उसेन बोल्टची नैसर्गिक गुणवत्ताही अशीच असामान्य आहे. सर्वसाधारण माणसात वेगात आकुंचन पावणारे स्नायू पन्नास टक्के असतात. उसेन बोल्टच्या शरीरात ते ऐंशी टक्के आहेत. का नाही तो धावताना बुलेट ट्रेनसारखा वाटणार? ही जी गुणवत्ता आहे, ती समुद्रसपाटीवर जन्मलेल्या माणसांमध्ये ठासून भरलेली असते, असे विज्ञानाने दाखवून दिलं. म्हणून १०० पासून ४०० मीटर्सपर्यंतच्या शर्यती ह्या अमेरिकन्स किंवा कॅरेबियन बेटावरचे खेळाडू गाजवत असतात. वेस्ट इंडीजकडे क्रिकेटमध्ये वेगवान गोलंदाजांचं मोठं पीक यायचं कारणही हेच आहे. किंबहुना, अमेरिकेसारख्या संपत्ती, सुविधा, आधुनिक विज्ञानात सर्वांत पुढे असलेल्या देशाला साधारण १०० मीटर्स ते ८०० मीटर्सपर्यंतच्या ट्रॅकवरच्या शर्यतीत जमैकाने आव्हान दिलंय. ह्यामागचं महत्त्वाचं कारण देवाची करणी आहे. जेसी ओवेन्स, कार्ल लुईस, एडविन मोझेस हे सर्व अमेरिकन्स! ट्रॅकमधली ही लीजंडरी नावं. पण, त्या काळातही अमेरिकेच्या तुलनेत टीचभर असणाऱ्या जमैकाने त्यांना मुंबईच्या दादागिरीच्या भाषेत सांगायचं तर 'आवाज' दिलाय. राजकारण आणि खेळाच्या बाबतीत दोन देशांचं मला कौतुक नेहमीच वाटतं. एक क्युबा, दुसरा जमैका! 'क्युबा' हा देश अमेरिकेच्या अंगावरील तिळासारखा आहे; पण अमेरिकेला हा तीळ सौंदर्यस्थळ (beauty spot) अजिबात वाटत नाही. दुसरा काळा तीळ जो अमेरिकन ट्रॅक अँड फिल्ड अॅथलिटचं सौंदर्य कमी करतो, तो म्हणजे जमैका!

ही गोष्ट अतिशय मोठी आहे. कारण, मी वर म्हटल्याप्रमाणे अमेरिकन खेळाडूंना मिळणारा फायदा फार मोठा आहे. म्हणजे, अमेरिकन अॅथलिट हा

काळ्या ॲथलिटसने नेहमीच ट्रॅकवरच्या स्पर्धा गाजवल्या

सोन्याचा चमचा घेऊन जन्माला येत असेल, तर जमैकाचा ॲल्युमिनियमचा! अमेरिकेत खालच्या मूलभूत स्तरावर हजारो ट्रॅक्स असतात. शाळेत ह्या खेळाचं ऑर्गनायझेशन अत्यंत ग्रेट आहे. अमेरिकन ॲथलिट जेव्हा ट्रॅकवरच्या करियरमध्ये 'ट्रॅकवर' येतो, तोपर्यंत तो ८-१० मोठ्या शर्यती धावलेला असतो आणि ऑलिम्पिक्सच्या ट्रायल्स ही सीतेने दिलेल्या अग्निपरीक्षेसारखी त्यांची अग्निपरीक्षा असते. त्यांच्यात एकमेकांत प्रचंड स्पर्धा असते. किती स्पर्धा असावी, त्याचं एक ग्रेट उदाहरण परवा एडविन मोझेस ह्या ४०० मीटर्सच्या अडथळ्यांच्या शर्यतीतल्या 'संस्थानिकाने' दिलं. त्याच्या ऑलिम्पिक ट्रायलमध्ये बरशॉ जेनमन ४८.९४ चं टायमिंग घेऊन चौथा आला, तरी तो पात्र होऊ शकला नाही. हे टायमिंग आदल्या वर्षीच्या वर्ल्ड चॅम्पियनशिपमधलं पाचव्या क्रमांकाचं टायमिंग होतं. तरी त्याला ऑलिम्पिकचं तिकीट मिळालं नाही. (अरे, त्याला आमच्याकडे

काळ्या ॲथलिटसने नेहमीच ट्रॅकवरच्या स्पर्धा गाजवल्या

पाठवून द्या. आम्ही सावळा करून त्याला आमच्यातर्फे स्पर्धेत उतरवू) त्यामुळे अमेरिकन्सना जागतिक दर्जाच्या शर्यतीत भाग घेऊन अनुभव घेण्यासाठी अमेरिका सोडावी लागत नाही.

त्याउलट, जमैकाने निव्वळ 'देवाच्या करणी'वर अमेरिकेला 'टशन' दिलीय. सन १९४८ मध्ये जमैकाच्या आर्थर विन्ट मॅकनेलीने ४०० मीटर्समध्ये सुवर्णरजत मिळवली होती. विन्टने ८०० मीटर्समध्ये रजतही मिळवलं. त्यांनी १९५२ मध्ये ट्रॅकमध्ये ५ पदकं मिळवली. त्यांतली दोन सुवर्ण होती. पण त्यानंतर जमैकातही पुलाखालून पुष्कळ पाणी गेलं. तिथं सुविधा तयार झाल्या. आता त्यांच्याकडे तीन असामान्य ट्रॅक्स आहेत. त्यांना विज्ञानाचा भरघोस पाठिंबा आहे. आता त्यांना सर्वोत्कृष्ट होण्यासाठी देश सोडून जावं लागत नाही. आपणही आपल्याला 'देवाची करणी' कुठल्या खेळात मिळालेली आहे, हे

ओळखावं आणि विज्ञानाच्या साह्याने आखणी करावी; तरच कांस्यपदक हा आपला 'मोक्ष' ठरणार नाही. एके काळी भारतातून सोन्याचा धूर निघायचा, असं म्हणतात. ते जाऊ देत. साधं सोन्याचं पदकही नाही मिळत!

१३. मानवी चित्ता

होय, उसेन बोल्ट आजही जगातला सर्वांत वेगवान मानव आहे. ज्या दिवशी फेडरर नावाच्या एका चॅम्पियनने सुवर्णपदक गमावलं, तेव्हा उसेन बोल्ट नावाच्या दुसऱ्या चॅम्पियनने लीजंड होण्याच्या दृष्टीने पहिलं पाऊल टाकलं. त्याने १०० मीटर्सची शर्यत ऑलिम्पिकमध्ये लागोपाठ दुसऱ्यांदा जिंकली. हा विक्रम आधी फक्त एकाच मानवाला जमलाय. त्याचं नाव कार्ल लुईस. पण, त्या वेळी म्हणजे १९८८ मध्ये जमैकाचाच पहिला आलेला बेन जॉन्सन याने बंदी असलेलं ड्रग घेतल्याचा आरोप सिद्ध झाल्यामुळे तो बाद झाला होता. शंभर मीटर्स शर्यतीच्या इतिहासातली ही घटना एकमेव आहे.

बोल्टसह शंभर मीटर स्प्रिंटमधले महारथी जेव्हा स्टार्टिंग ब्लॉक्सवर उभे राहिले, तेव्हा संपूर्ण जगाने श्वास रोखून धरला होता; पण डोळे होते दोघांवर. एक— बोल्ट आणि दुसरा— ब्लेक. एक— १०० मीटर्समध्ये सर्वांत कमीत कमी वेळ नोंदवणारा मानव (९.५८ सेकंद); तर दुसरा— त्याला अलीकडे आव्हान देणारा त्याचा दोस्त, ट्रेनिंग पार्टनर आणि देशवासीय! बोल्टपेक्षा तरुण आणि ऑलिम्पिक ट्रायलमध्ये बोल्टला हरवून अनेकांच्या आशा पल्लवित केलेला ब्लेक!

पण, बोल्टने दोन गोष्टी सिद्ध केल्या. एक म्हणजे— अलीकडे वीरेंद्र सेहवाग सचिनबद्दल बोलला तसं— 'बेटा बेटा होता है और बाप बाप!' आणि

धावताना चित्त्याला पण हारवेल असं सौंदर्य

दुसरं म्हणजे— अस्सल चॅम्पियन. इतरत्र कुठेही हरो, सर्वोच्च स्टेजवर आपला परफॉर्मन्स असा उंचावतोय की, तिथे कुणी पोचत नाही. विव्ह रिचर्ड्स ते करायचा. पेलेकडे ती कुवत होती. मॅराडोनाकडेसुद्धा! बोल्ट जिंकल्यावर स्वत: म्हणाला, ''शेवटी ऑलिंपिक सर्वांत महत्त्वाचं. मला ठाऊक होतं की, मी तिथे सर्वोत्तम फॉर्म दाखवणार.'' काही जिभा 'ब्लेकऽ ब्लेकऽ ब्लेक' असं स्पर्धेपूर्वी दबकत का होईना पुटपुटत होत्या. त्या वेळीही त्या शर्यतीत कांस्यपदक मिळविलेला अमेरिकेचा जस्टीन गॅटलिन म्हणाला होता— अगदी 'शोले'च्या गब्बरसिंग स्टाईलमध्ये, ''एकच माणूस बोल्टला हरवू शकतो, तो म्हणजे स्वत: बोल्ट.''

शर्यतीच्या बाबतीत स्वत: बोल्टला एकच काळजी होती— त्याचा स्टार्ट! त्याचे हात एकदा पोळले होते. त्याबद्दल केंब्रिज विद्यापीठाच्या जॉन बॅरो या गणितज्ञाने एक गणित उलगडून सांगितलं. गनशॉट ऐकल्यानंतर जर एखादा खेळाडू ०.१० सेकंदात रिॲक्ट झाला, तर तो स्टार्ट अवैध धरला जातो. जे सर्वोत्कृष्ट सुरुवात करणारे असतात, ते साधारण ०.१२ सेकंदात रिॲक्ट होतात. उसेन बोल्ट त्यांतला नाही. त्याच्या उंचीमुळे तो किंचित उशिरा रिॲक्ट

होऊन सुरुवात करतो. म्हणजे त्याची रिॲक्शन वेळ ०.१५ सेकंद असते. १०० मीटर्सच्या शर्यतीत ०.०३ सेकंदाचा उशीर हा खूप मोठा झाला. ज्या वेळी बोल्टने २००९ मध्ये ९.५८ सेकंदांत शंभर मीटर्स पार केले, तेव्हा त्याचा रिॲक्शन टाइम ०.१५ सेकंद होता. बीजिंगमध्ये त्याने सुवर्णपदक ९.६८ सेकंदांत जिंकलं, तेव्हा त्याचा रिॲक्शन टाइम ०.१७ सेकंदाचा होता, म्हणजे आणखी जास्त. जेव्हा बोल्टने ९.५८ सेकंदांचा जागतिक विक्रम केला, तेव्हा तो जर इतर चॅम्पियन्सप्रमाणे शक्य असलेल्या ०.१२ सेकंदात रिॲक्ट झाला असता, तर ती शर्यत त्याने ९.४६ सेकंदांत जिंकली असती. कारण तेव्हा हवेचा वेगही सेकंदाला दोन मीटर होता. थोडक्यात, टायमिंग किती गोष्टींवर अवलंबून असतं, हे पाहा.

या वेळीही आकाशातल्या परमेश्वराला वंदन करून त्याने शर्यतीला सुरुवात केली, तेव्हा बोल्टला ब्लॉक्समधून निघायला उशीर झाला. पण, त्याच्या लयबद्ध लांब पावलांनी त्याने तो वेळ भरून काढला. साधारण तीस मीटरवर तो इतरांच्या किंचित पुढे सरला आणि तिथून पुढे तो जिंकणार, ही काळ्या दगडावरची रेघ होती. जवळपास एका यार्डाने त्याने ब्लेकला मागे टाकलं. पण, बीजिंग ऑलिम्पिकपेक्षा बोल्टला इथे थोडे जास्त कष्ट पडले. कारण, त्याला ब्लेकचं आव्हान होतं. बीजिंगला त्याच्या आणि इतर पदक मिळविणाऱ्या धावपटूंत तब्बल ०.२० सेकंदाचा फरक होता. काल लंडनला त्याच्यात आणि ब्लेकमध्ये ०.१२ सेकंदाचा फरक होता.

ही शंभर मीटर्सची शर्यत जवळपास चाळीस-एक्केचाळीस पावलांची शर्यत असते. पण एखादा बोल्टसारखा धावपटू ती पावलं लयबद्ध टाकत धावताना त्याबरोबर त्याच्या हातांची ती तितकीच लयबद्ध होणारी हालचाल— यामुळे ते दृश्य डोळ्यांत साठवून ठेवावंसं वाटतं. शंभर मीटर्सच्या शर्यतीत डोळ्याची पापणी मिटणे, हासुद्धा अडथळा वाटतो. केनियाच्या जंगलात मी एकदा चित्त्याला धावताना पाहिलं होतं. बोल्टला धावताना पाहून मला त्याची आठवण झाली. कदाचित चित्ताही स्तिमित होऊन बोल्टकडे पाहत बसला असता. जिंकण्याची त्याची ती जिद्द त्याच्या चेहऱ्यावर स्पष्टपणे लिहिली होती. त्या क्षणी चेहऱ्यावर एखाद्या स्मितरेषेलाही जागा नव्हती. स्मित नंतर झळकलं; पण आधी चेहऱ्यावर करारी भाव दिसत होते. एखाद्या चॅम्पियनच्या चेहऱ्यावर असतात, त्याप्रमाणे! बोल्ट हे रॉकेट आहे, हे इतरांना ठाऊक होतं. तरीही शर्यत वेगात झाली. अंतिम फेरीत जे सर्व धावपटू होते, ते प्राथमिक फेरीत

शर्यत १० सेकंदांच्या आत जिंकले होते आणि अंतिम फेरीत असाफा पॉवेल सोडला तर सर्वांनी शर्यत १० सेकंदांच्या आत पूर्ण केली. पॉवेल जर धावताना जायबंदी झाला नसता, तर कदाचित एक वेगळा विक्रम झाला असता.

महान खेळाडूंचा आत्मविश्वास मला नेहमीच मोहित करतो. त्याचं अलीकडचं हरणं, त्याचा फिटनेस वगैरे अनंत प्रश्न उभे राहूनही बोल्टच्या तोंडातून निराशेचा एकही सूर निघाला नाही. जिंकल्यावरही तो फार नम्र वगैरे नव्हता. त्याचा सर्वसाधारण आविर्भाव मी जिंकणार, हे माहीतच होतं— असा होता. तो म्हणाला, ''मी लीजंड होण्याच्या दृष्टीने पहिलं पाऊल टाकलंय. गुरुवारी जर मी २०० मीटर्सची शर्यत जिंकली, तर लीजंड नक्की होईन. कारण, असा पराक्रम कुणीही केलेला नाही. मी आजही नंबर वन आहे, हे माझ्या टीकाकारांना दाखवताना मला आवडेल.''

विजयाप्रमाणे उद्धटपणाही चॅम्पियनलाच शोभतो!

१४. शर्यतीतली ब्युटीक्वीन

स्प्रिन्ट किंवा शंभर-दोनशे मीटर्सच्या शर्यती ह्या शर्यतीतल्या रंभा-उर्वशी आहेत. त्या पाहताना बऱ्याचदा एक काळी रेष डौलाने सरकताना दिसते. पांढरी रेषा अगदी क्वचित. कारण काळ्या ॲथलिट्सनी ह्या स्पर्धा त्यांच्या मालकीच्या केलेल्या आहेत.

ॲथलेटिक्समधली सर्वांत सरळसोट स्पर्धा– असंही हिचं वर्णन करायला हरकत नाही. कारण ही स्पर्धा जिंकायला काही डावपेच लढवायला लागत नाहीत किंवा दम टिकवणे वगैरेही प्रकार फारसा नसतो. बंदुकीचा आवाज झाला की, बंदुकीच्या गोळीप्रमाणे सुसाट पळत अंतिम रेषा गाठायची– हेच धावपटूचं काम असतं. पण ह्या स्पर्धेचं वलय काही वेगळंच आहे.

ही स्पर्धा, जगातला सर्वांत वेगवान पुरुष आणि महिला ठरवते.

ही शर्यत म्हणजे अमेरिकन काळ्या माणसाचं राखीव कुरण आहे, असं मानलं जातं. किंबहुना, ही शर्यत म्हणजे अमेरिकन काळ्यांच्या संस्कृतीचा, त्यांच्या अहंकाराचा, त्यांच्या अमेरिकेतल्या न्याय्य हक्कांसाठीच्या चळवळींचा एक भाग बनलीय.

दि. ४ जुलै १८१९ रोजी अमेरिकेच्या ल्युथर कॅरीने पॅरिसमध्ये प्रथम ११ सेकंदांचा बांध तोडला. त्याने १०.८ सेकंदांत १०० मीटर्स पार केले आणि त्यानंतर आजतागायत बहुतेक वेळा अमेरिकन काळ्या स्पर्धकांनीच ह्या

ट्रॅकची ब्लॅक ब्युटी क्वीन

स्पर्धेवर वर्चस्व गाजवलंय. जेसी ओवेन्सने १९३६ मध्ये केलेला १०.२ सेकंदांचा विक्रम तर २० वर्षे अबाधित होता.

ह्या स्पर्धेतला कुठलाही विक्रम इतका काळ टिकलेला नाही.

तर, १० सेकंदांचा मर्यादाभंगही जिम हाइन्स ह्या अमेरिकन धावपटूनेच केला. मेक्सिको ऑलिंपिक्समध्ये त्याने १०० मीटर्स धडधडत पार केले फक्त ९.९५ सेकंदांत आणि नंतर अमेरिकेच्या केल्व्हिन स्मिथने १९८३ मध्ये कोलॅराडोला आणखी दोन-शतांश सेकंदांचा लचका तोडला. अर्थात हे दोन्ही विक्रम समुद्रसपाटीपेक्षा खूपच उंचावर झालेले आहेत. तिथे हवेचा थर पातळ असल्याने हवेचा विरोध समुद्रसपाटीपेक्षा थोडा कमी होतो.

पण १९८७ साली रोमला बेन जॉन्सनने मात्र अक्षरश: धमाल उडवली. त्याचं ९.८३ हे टायमिंग पाहून निर्जीव स्टॉपवॉचसुद्धा चक्रावलं असेल. दंतकथेत जमा झालेल्या बॉब बिमनप्रमाणे जॉन्सननेही जवळजवळ एकविसाव्या शतकाला स्पर्श केला. जॉन्सन काळा माणूस पण कॅनडाचा होता. पुढे १९८८ च्या सोल

ऑलिंपिकमध्ये त्याने ड्रग घेतल्याचं स्पष्ट झालं आणि त्याच्या सर्व विक्रमाबद्दल संशय निर्माण झाला.

रेकॉर्डमध्ये जी गेल्या शतकात प्रचंड सुधारणा झाली आहे; त्याला सुधारलेली पादत्राणं, ट्रॅकचा पृष्ठभाग आणि स्टार्टचं नवं तंत्र कारणीभूत आहे. पण तरीही अमेरिकन काळ्या धावपटूंच्या वर्चस्वाला फार क्वचित धक्का बसलाय. परवाचा बेन जॉन्सनचा अपवाद सोडला, तर १९१२ पासून फक्त तीन युरोपीय धावपटूंनी १०० मीटर्सच्या त्या-त्या जमान्यातल्या विक्रमाला स्पर्श केलाय. त्यात सर्वांत लक्षणीय उदाहरण आहे पश्चिम जर्मनीच्या अरमीन हॅटीचं. झुरिचला १९६० मध्ये १० व्या सेकंदाला पहिला 'पदस्पर्श' त्याचा होता.

अमेरिकन काळ्या धावपटूंचं एवढं वर्चस्व का आहे? तज्ज्ञांचं म्हणणं आहे की, अमेरिकेच्या पश्चिम किनाऱ्याचं हवामान ह्या स्प्रिन्टर्सच्या स्नायूंच्या विकासाला अतिशय योग्य आहे. त्याचप्रमाणे त्यांची शारीरिक जडण-घडणही ह्या 'स्फोटक' क्रीडाप्रकारासाठी अत्यंत साजेशी असते.

दुसरी गोष्ट अशी की, तिथे शाळा-कॉलेजांत ॲथलेटिक्सवर प्रचंड जोर दिला जातो आणि त्यापेक्षाही महत्त्वाचं म्हणजे, गरीब भुकेल्या काळ्या खेळाडूंसाठी पैसा आणि प्रसिद्धी मिळवण्यासाठी बॉक्सिंगप्रमाणेच ॲथलेटिक्स ही अत्यंत उपयुक्त शिडी आहे.

अमेरिकन पुरुषांचं जेवढं वर्चस्व १०० मीटर्समध्ये, तेवढं अमेरिकन महिलांचं मात्र नाही. पण जे यश मिळवलंय, त्यात मोठा वाटा काळ्या महिलांचाच आहे.

व्यामिया ट्यूसने लागोपाठच्या दोन ऑलिम्पिक्समध्ये (१९६४ आणि १९६८) १०० मीटर्सची स्पर्धा जिंकली होती. असा विक्रम कुठल्याही पुरुषाने किंवा महिलेने केलेला नाही. ११ सेकंदांवर पहिला घालाही तिनेच घातला.

विल्मा रुडॉल्फ ही अमेरिकेची दुसरी महान धावपटू! पोलिओचा शाप तिला जन्मत: होता. पण बाराव्या वर्षी पोलिओच्या स्ट्रॅपबरोबर इतर बंधही सुटले आणि नंतर ती अमेरिकेची महिला जेसी ओवेन्स झाली. सन १९६० च्या रोम ऑलिंपिक्समध्ये तिने तीन सुवर्णपदकं मिळवली. तिला कुणी तरी यशाचं रहस्य विचारल्यावर तिने गमतीत सांगितलं, "२२ भावंडांत मी २० वी होते. त्यामुळे जेवणासाठी फार वेगात हालचाली कराव्या लागायच्या, नाही तर जेवण

लवकर संपून जायचं.'' वेगवान हालचालींनीच तिला १०० मीटर्सच्या स्पर्धेत दोनदा जागतिक विक्रम मिळवून दिला.

पूर्व जर्मनीने१९६८ मध्ये ऑलिंपिक्समध्ये प्रवेश केला आणि इतरांची दाणादाण उडवली. पुढे दहा वर्षांत ही स्पर्धा पूर्व जर्मनीची मार्लिस गोर आणि अमेरिकेची एव्हलिन ॲशफोर्ड ह्यांनीच आपसात वाटून घेतली. सन १९७७ पासून १०० मीटर्स मधला विक्रम पाच वेळा कोसळला आणि तो फक्त त्या दोन मुलींनी कोसळवला. तो १९७७ पासून ८३ पर्यंत मार्लिस गोरने १०.८८ सेकंदांपासून १०.८१ पर्यंत आणला आणि मग काळ्या पण सौंदर्यशाली ॲशफोर्डने तो ८४ मध्ये १०.७६ सेकंदांवर आणला.

पण गोर आणि ॲशफोर्डमधला खरा सामना रंगला १९८४ मध्ये. झुरिचला शर्यत सुरू झाल्यावर पहिल्या २० मीटरमध्ये गोर चक्क एका मीटरने पुढे होती. पण शेवटच्या ४० मीटर्समध्ये ॲशफोर्डच्या नाजूक पायांत वीज संचारली आणि तिने शर्यत १०.७६ सेकंदांच्या विक्रमी वेळेत जिंकली. १०.८४ सेकंदांत शर्यत पुरी करणारी मार्लिस गोर दुसरी आली. पण ॲशफोर्ड म्हणाली, ''मार्लिसबद्दल मला अतीव आदर आहे. पण ह्या शर्यतीने सर्वश्रेष्ठ कोण आहे, हे पुन्हा एकदा सिद्ध झालं. लॉस एंजलिसच्या ऑलिंपिक्समध्ये सुवर्णपदक मला मिळालं, पण तिथे मार्लिस नव्हती; म्हणूनच ही शर्यत मला फार महत्त्वाची वाटते.''

थोडक्यात ट्रॅकची ब्युटी क्वीन ही ब्लॅक ब्युटी आहे.

❑❑

१५. असे खेळाडू, अशा तऱ्हा!

उसेन बोल्टने इतिहास निर्माण केला. दोनशे मीटर्सच्या शर्यतीत त्याने सुवर्णपदक मिळवलं. शंभर आणि दोनशे मीटर्सच्या शर्यतीत दोनदा सुवर्णपदक मिळवून एकमेवाद्वितीय झाला. गंमत म्हणजे, त्याने स्वत:ला जाहीर करून टाकलं, ''मी आता लीजंड आहे. मी आता सर्वोत्तम आहे.'' त्याच वेळी त्याने कार्ल लुईस ह्या महान धावपटूवरही तोंडसुख घेतलं.

ऑलिम्पिक्समध्ये जिंकल्यावर आनंद व्यक्त करताना खेळाडूंच्या वेगवेगळ्या तऱ्हा पाहायला मिळाल्या. सायकलपटू विगिन्सने जाहीर केलं की, तो तर्र झाला. शूटर पीटर विल्सननेही साधारण तेच केलं. सुवर्णपदक मिळाल्यावर तो म्हणाला, ''मी खूप-खूप दारू पिणार आणि काही तरी मूर्खपणा करणार.'' इंग्लंडच्या क्रिकेट संघाने २००५ मध्ये ॲशेस जिंकल्या. त्यानंतर त्यांची मिरवणूक निघाली. मिरवणूक '१० डाउनिंग' म्हणजे पंतप्रधानांच्या निवासस्थानी गेली. खेळाडू पंतप्रधानांना भेटायला खाली उतरले. टोनी ब्लेअर तेव्हा पंतप्रधान होते. त्या वेळी इंग्लंडच्या फ्लिन्टॉफने पहिलं काय केलं असेल, तर मिसेस ब्लेअरना 'टॉयलेट कुठाय?' विचारलं. शेवटी शरीरातली दारू बाहेर फेकावी लागतेच ना? परवा लंडन ऑलिम्पिक्समध्ये पोलिसांनी जोशे आबूथ ह्या ऑस्ट्रेलियन रोइंगमधल्या खेळाडूला अटक केली. कारण, त्याने पहाटे लंडनमधल्या एका दुकानाचा दरवाजा 'खराब' केला. पुन्हा एकदा हा अंगातली दारू बाहेर फेकण्याचा

काळे ॲथलीट श्रीमंत होईला सुरुवात कार्ल
लुईलपासून झाली

प्रकार होता.

पाश्चात्त्य देशांत दारू ही 'अपेय' मानली जात नाही; फक्त तुमचं वय महत्त्वाचं. दुसरं म्हणजे, खेळापूर्वी मद्य निषिद्ध मानलं जातं. नंतर डोक्यावरच्या दबावातून मोकळं होण्यासाठी, ताण दूर करण्यासाठी घेतलेली दारू ही विजय साजरा करण्याची बाब मानली जाते. एकदा तर १९५६ मध्ये मेलबोर्न ऑलिम्पिक्समध्ये इंग्लंडचा धावपटू ख्रिस बॅशट ३ हजार मीटर्सच्या स्टिपलचेस स्पर्धेत पहिला आला. मग दुसऱ्या धावपटूला अडथळा निर्माण केला म्हणून त्याला अवैध ठरवण्यात आलं. पुन्हा त्याने अपील केल्यावर त्याला सुवर्णपदक परत देण्यात आलं. त्यानंतर तो थेट 'लिक्विड डाएट'वर गेला. इतका की, पोडियमवर सुवर्णपदक स्वीकारतानाही तो तर्र होता. त्याच्या गळ्यात सुवर्णपदक घालण्यासाठी इंटरनॅशनल ऑलिम्पिक्सचा अधिकारी पुढे आल्यावर तो खेळाडू

ॲथलीटला जाहीरातीतून मिळणाऱ्या पैश्यांपैकी ८० टक्के पैसे एकट्या उसेन बोल्टला मिळतात

त्याच्या गळयात पडला. त्याला सावरायचं की सुवर्णपदक त्या खेळाडूच्या गळयात घालायचं, हे त्या अधिकाऱ्याला कळत नव्हतं.

उसेन बोल्टने विजयानंतर जमैकन रमचा आस्वाद घेतला की नाही, ठाऊक नाही; पण रमपेक्षा त्याला यशच सर्वांत मोठी किक् देऊन गेलं. सर्वसाधारणपणे 'विद्या विनयेन शोभते', तसं 'यश विनयेन शोभते' असे मानले जाते. महान खेळाडूला इगो असतो. त्याला आपलं मोठेपण कळत असतं. त्याचा त्याला अभिमान म्हणा किंवा गर्वही असतो. पण, काही मंडळी चेहऱ्यावर विजयाचा मुखवटा चढवू शकतात, काहींना जमत नाही. काहींना मोठेपण मिरवावंसं वाटतं. ज्यांना मिरवावंसं वाटतं, त्यात बोल्ट आहे. ही वृत्ती महंमद अलीमध्ये होती. ती विव्ह रिचर्ड्समध्ये होती, ती बोल्टमध्ये आहे. मुळात हे तिघेही आक्रमक आहेत. ते तिघेही काळे आहेत, हा अपघात नाही. एके काळी काळ्यांनी गुलामाचं जीवन जगलंय. त्यांच्यातल्या असामान्य ताकदीचा तेव्हा त्यांना अंदाज नव्हता. गुलामीच्या बेड्या तुटल्यावर आणि स्वत:तल्या असामान्यत्वाची त्यांना कल्पना आल्यावर त्यांचा विद्रोह वाढला. लाकडाचा तुकडा पाण्यात दाबला,

तर तो जोरात वर उसळतो. विद्रोहामुळे त्यांचं मन असं उसळी घेतं, म्हणून त्यांचं मोठेपण त्यांना ओरडून सांगावंसं वाटतं. ते त्यांच्या खेळातून, त्यांच्या कृतीतून हे मोठेपण दाखवण्याचा प्रयत्न करतातच; पण त्याचबरोबर जग जणू अजून त्याची दखल घेत नाहीये, असं मानून ओरडूनही सांगतात. आपल्या भोवतालचं वलय वाढवण्याचाही हा प्रकार असतो आणि आजच्या अपेक्षेपेक्षा कुणी वेगात धावलं, कुणी जास्त लांब उडी मारली, कुणी वेगात पोहलं, कुणी अचाट ताकद दाखवली की— पहिली शंका ड्रग्जचीच येते.

आणखीन एका गोष्टीचा ऊहापोह करायला हवा. लुईस आणि बोल्ट ह्यांच्या पिढीत अंतर आहे. दोन वेगवेगळ्या पिढ्यांत सख्य असतंच, असं नाही. आपल्या वेळचं ते ग्रेट, हे नेहमी सर्वांनाच वाटतं. जमैकाच्या मायकल होल्डिंगला विचारलंत की, मोठा कोण— त्याच्या वेळचा लॉरेन्स रो की ख्रिस गेल— तो झोपेतही लॉरेन्स रो सांगेल. दोघेही जमैकाचे. त्यामुळे ही मतं नेहमीच सबजेक्टिव्ह असतात आणि मुळात सर्वश्रेष्ठ ऑलिम्पियन किंवा धावपटू किंवा स्प्रिन्टर ठरवणं कठीणच आहे. बोल्ट सर्वश्रेष्ठ आहे की नाही, त्यांत पडण्यापेक्षा आपण बोल्ट पाहिला, ह्यात आनंद मानू. त्याचा १०० आणि २०० मीटर्सचा विश्वविक्रम कुणी मोडला; तर मला एक तर ते स्वप्न पडलंय, असं वाटेल किंवा तो माणूस परग्रहावरचा आहे, असं वाटेल!

□□

१६. काळे तुफान

उसेन बोल्टला पाहत असताना, त्याच्याबद्दल वाचत असताना माझं मन स्प्रिन्टर्सच्या इतिहासातून रेंगाळत मागे गेले. काही काळ कार्ल लुईसवर थबकलं. बेन जॉन्सनच्या मूर्खपणापाशी काही काळ थबकलं; आणि थेट जेसी ओवेन्सकडे गेले. बोल्टपेक्षा त्याचा पराक्रम कुठे कमी नाही. पण काळ असा होता की, त्याच्या हाती चिंचोके आले; बोल्टच्या हातात सोन्याच्या मोहरा. कोण होता जेसी ओवेन्स?

तो आला, त्याने पाहिलं, त्याने जिंकलं! त्यानंतर तो तिथे फिरकलाच नाही. पण त्याच्या त्या पराक्रमाची पुण्याई एवढी होती की, त्यानंतर तो अजरामर झाला. ही कथा आहे जेम्स क्लेव्हलॅन्ड ओवेन्सची. सन १९३६ च्या बर्लिन ऑलिम्पिक्सच्या आठवणी चाळवल्या की, पहिला उच्चार होतो जेसी ओवेन्सच्या नावाचा. ऑलिम्पिकमध्ये शेकडो खेळाडू भाग घेत असतात; पण एखादा खेळाडू क्रीडाकौशल्याची एवढी उच्च पातळी गाठतो की, तो संपूर्ण ऑलिम्पिक्स खाऊन टाकतो.

...मॉंट्रियलमध्ये १९७६ ला रुमानियाच्या नादिया कोमानेसीपुढे इतरांचा पराक्रम फिका पाडला. अमेरिकेचा मार्क स्पिट्झ आणि रशियाच्या ओल्गा कॉर्बुटने १९७२ चं म्युनिच ऑलिम्पिक्स वाटून घेतलं...

सन १९३६ चं बर्लिन ऑलिम्पिक्स हे जेसी ओवेन्सच्या नावाशी

हिटलरला नमावणारे काळे तुफान

निगडित आहे. त्या ऑलिम्पिक्समध्ये त्याने चार सुवर्णपदकांवर आपला हक्क प्रस्थापित केला. पण केवळ तेवढ्या भांडवलावर तो 'दंतकथेत' जमा झाला नाही. जगातील लाखो लोकांच्या— विशेषत: कृष्णवर्णीयांच्या– गळ्यातला तो ताईत बनला; त्याने हिटलरच्या वंशज्येष्ठत्वाच्या तत्त्वज्ञानाच्या ठिकऱ्या उडवल्या, म्हणून! ओवेन्स, हिटलर हे प्रकरण त्या वर्षी बरंच गाजलं. जर्मन आणि फक्त गोऱ्या त्वचेच्या खेळाडूंना खोलीत बोलावून त्यांचं अभिनंदन करणाऱ्या जर्मनीच्या हुकूमशहाने जेसी ओवेन्सचे राकट काळे हात हातात घेणं शेवटपर्यंत कटाक्षाने टाळलं... जसा हिटलर तशी त्याच्या कब्जात असलेली वर्तमानपत्रं! नाझी वर्तमानपत्रं तरं निग्रोचं 'ब्लॅक ऑक्झीलियरी' असंच वर्णन करायची...

राज्यकर्त्यांची जरी ही तऱ्हा असली, तरी आम जर्मन जनतेने जेसी ओवेन्सवर प्रेमाचा वर्षाव केला. चाहत्यांचा आणि त्याच्या स्वाक्षरीसाठी धडपडणाऱ्यांचा त्याला इतका गराडा पडायचा की, सह्या करून त्याच्या हातांना त्रास होईल म्हणून अमेरिकन टीम मॅनेजरने त्याला ऑलिम्पिक व्हिलेजमधून बाहेर पडू नकोस, अशी विनंती केली. हुकूमशाहीच्या कोंदट वातावरणातही ओवेन्सचं माहात्म्य वाढत गेलं.

विक्रमाची घाऊक मोडतोड

ओवन्सने बर्लिनमध्ये पाय ठेवण्याअगोदरच त्याच्या असामान्य क्रीडानिपुणतेची झलक दाखवलेली होती... किंबहुना, सात जागतिक विक्रमांचे तुरे डोक्यावर मिरवतच तो बर्लिनमध्ये अवतरला. दि. २५ मे १९३५ रोजी मिशिगनमधल्या आंतरविद्यापीठ स्पर्धेत, घड्याळाचे काटे दुपारी सव्वातीनवरून चारपर्यंत पोहोचायच्या आत त्याने सहा जागतिक विक्रम इतिहासजमा करून टाकले होते. मुख्य म्हणजे, त्या ऐतिहासिक दिवशी ओवेन्स पाठदुखीने त्रस्त झाला होता. तो शंभर यार्डांच्या धावण्याच्या शर्यतीसाठी उभा राहिला आणि पाठदुखी वगैरे सर्व विसरून त्याने ते अंतर १०.४ सेकंदांत पार केलं. नंतर फक्त दहा मिनिटांनी त्याने ८.१३ मीटर्स लांब उडी मारली आणि तोही जागतिक विक्रम ओवेन्सच्या खिशात अलगद जाऊन पडला... त्याने चक्क सहा इंचांनी बाजी मारली होती. त्यानंतर जागतिक विक्रमांनासुद्धा ओवेन्सचा लळा लागला असावा. कारण काही मिनिटांतच २२० यार्ड्स, २०० मीटर्स, २२० यार्ड्स हर्डल आणि २०० मीटर्स हर्डल असे धावण्याचे चार जागतिक विक्रम ओवेन्सला जाऊन बिलगले. केवळ पंचेचाळीस मिनिटांत जेसी ओवेन्स सात जागतिक विक्रमांचा अधिपती झाला होता.

बर्लिनमध्येही त्याची छाप पडायला वेळ लागला नाही. त्याने शंभर मीटर्स धावण्याच्या शर्यतीच्या पहिल्याच फेरीत १०.३ सेकंदांच्या ऑलिम्पिक्स विक्रमाची बरोबरी केली. उपान्त्यपूर्व फेरीत तेच अंतर १०.२ सेकंदांत कापून त्याने स्वत:च्याच विक्रमाला पुन्हा स्पर्श केला... त्या भन्नाट वेगाने भारावून गेलेल्या एका प्रेक्षकाने "तो शेवटचे पन्नास मीटर्स चक्क 'उडत' गेला." असं वर्णन केलं. पण त्याला वाऱ्याचा फायदा मिळाला, असा दावा करून ऑलिम्पिक्स रेकॉर्डमध्ये त्याची नोंद झाली नाही. त्यामुळे वैतागलेला एक अमेरिकन पत्रकार त्राग्याने म्हणाला, "वारा नेहमीच ओवेन्सच्या पाठी असणार, कारण ओवेन्स

वाऱ्यापेक्षाही वेगात धावतो!"

हे काळं तुफान असंच सहजतेने अंतिम फेरीपर्यंत सरकलं... दि. ३ ऑगस्टला अंतिम फेरीत पावसाने ओल्या झालेल्या ट्रॅकवर फ्रॅन्क व्हायकॉफ, रास्फ मेटकॉल्फ, रेनार्ट स्ट्रॅन्डबर्गसारख्या मातब्बर धावपटूंना मागे सारत जेसी ओवेन्सने १०० मीटर्सचं सुवर्णपदक एक लाख दहा हजार प्रेक्षकांच्या साक्षीने स्वत:च्या मालकीचं केलं. त्याने सर्व प्रेक्षकांना एवढं वेड लावलं होतं की, प्रेक्षकही मनाने ओवेन्सबरोबर धावत होते. तो जगातला सर्वांत वेगवान मानव ठरला होता. ज्या नशिबवान डोळ्यांनी त्याला न्याहाळलं, ते त्याच्या धावण्याच्या शैलीची तुलना एखाद्या सुंदर बॅले डान्सरशी करत होते. मुख्य म्हणजे, ते त्याला अत्यंत सहज जमत होतं. नैसर्गिक देणगी असल्याप्रमाणे कुठेही फार प्रयत्न करावे लागतायत, असा प्रकार नव्हता.

'न्यूयॉर्क टाइम्स'च्या आर्थर डेलीने लिहिलं होतं– "He glided over the red clay track with the grace of streamlined express flying over the open praisie!"

राल्फ नेटक्लाफला 'मारक्वेट एक्सप्रेस' म्हणत. त्याने इतरांना मागे टाकलं, पण ओवेन्सपासून तो शेवटी किमान एक यार्ड दूरच राहिला.

दि. ४ ऑगस्टचा दिवसही ओवेन्सच्याच नावावर लिहिला गेला होता. ओवेन्सने उंच उडीचं सुवर्णपदक त्या दिवशी जिंकलं. पण त्याहीपेक्षा एक महत्त्वाची घटना तो दिवस अविस्मरणीय करून गेली. खऱ्याखुऱ्या ऑलिम्पिक स्पिरिटचा प्रत्यय त्या दिवशी आला. 'लांब उडी' हे खरं तर जेसी ओवेन्सचं राखीव कुरण होतं. पण त्या दिवशी आश्चर्य घडलं. टेक ऑफ घेताना चूक झाल्यामुळे त्याच्या पहिल्या दोन्ही उड्या बाद ठरवण्यात आल्या. आता फक्त एकच संधी उरली होती. ती हुकली असती, तर जगातील सर्वोत्कृष्ट लांब उडी मारणाऱ्या खेळाडूला सुवर्णपदक दूरच राहो, साधी अंतिम फेरीत भाग घ्यायचीसुद्धा संधी मिळाली नसती.

ऑलिम्पिक स्पिरिट

भांबावलेल्या ओवेन्सला काय चुकतंय, हेच कळेना. ऐनवेळी 'आर्यन' रक्ताच्या लक्स लाँगने कानांवर सतत पडणाऱ्या आर्यन श्रेष्ठत्वाच्या प्रचाराला बाजूला सारून काळ्या ओवेन्सला मदत केली. ती करत असताना स्वत:चं सुवर्णपदक जिंकण्याचं स्वप्न भंग होणार, हे त्याला स्पष्टपणे दिसत होतं. पण

खिलाडू वृत्तीपुढे त्याला पदक तुच्छ वाटलं असावं. प्रत्येक वेळेला ओवेन्स ओव्हरस्टेपिंग करतोय, हे त्याने त्याच्या नजरेत आणलं... शेवटची उडी ओवेन्सने अत्यंत काळजीपूर्वक सहा इंच अलीकडून मारली, तरीसुद्धा त्याने पंचवीस फुटांचं अंतर पार केलं.

त्यानंतर इतरांना खरं म्हणजे, काहीच स्कोप नव्हता. जर्मनीच्या लक्स लाँगने त्याला गाठायचा प्रयत्न केला, पण तो यशस्वी ठरला नाही... ओवेन्सने शेवटच्या फेरीत चक्क २६ फूट— साडेपाच यार्ड लांब 'हनुमान उडी' मारून अस्तित्वात असलेला विक्रम एका फुटाने तोडला... तो विक्रम १९६० च्या रोम ऑलिपिक्सपर्यंत अबाधित होता. बदलती तंत्रं आणि वाढत्या तंत्रज्ञानाची मिळणारी मदत वगैरेमुळे ऑलिम्पिकमधील विक्रम दीर्घकाळ टिकत नाहीत. तरीसुद्धा पुढे २४ वर्षे ओवेन्सच्या विक्रमाला जाऊन 'भोज्या' करण्याची कोणाचीही हिंमत झाली नाही.

लांब उडीचा सोहळा आटोपल्यानंतर लाँग आणि ओवेन्सने हातात हात घालून संपूर्ण मैदानाला फेरी मारली. मित्रत्वाचा किस्सा इथेच संपला नाही. जर्मनीने पोलंडवर १९३९ मध्ये आक्रमण करेपर्यंत दोघांचा पत्रव्यवहार चालू होता. दुर्दैवाने लाँग युद्धात मारला गेला, परंतु युद्ध संपल्यावर ओवेन्सने त्याच्या मुलाशी पुन्हा नातं जुळवलं.

दोन दिवसांत दोन सुवर्णपदकं; तीन दिवसांत तीन होणार का– हा प्रश्न ओठावर घेऊन दि. ५ ऑगस्टला हजारो क्रीडारसिकांनी राईश स्पोर्ट्स फिल्ड स्टेडियमवर गर्दी केली. २०० मीटर्सच्या उपांत्य आणि अंतिम फेरीच्या शर्यती त्या दिवशी होत्या. जेसी ओवेन्सला तिसरं सुवर्णपदक मिळवताना पाहण्यासाठी त्यांचे डोळे आसुसलेले होते. एका उपांत्य फेरीत मॅट रॉबिन्सन ह्या दुसऱ्या अमेरिकन काळ्या धावपटूने ओवेन्सच्या २१.१ सेकंदांच्या ऑलिम्पिक रेकॉर्डची बरोबरी केली आणि ओवेन्सच्या पाठीराख्यांच्या छातीत धस्स झालं. चाणाक्षपणे फारसा दम न घालवता ओवेन्सने दुसरी उपांत्य फेरी २१.३ सेकंदांत जिंकली...

बंदुकीतून सुटलेली गोळी

त्यानंतर थंड आणि पावसाळी वातावरणात अंतिम शर्यत सुरू झाली. अमेरिका, नेदरलँड्स, स्वित्झर्लंड, कॅनडाचे मिळून दहा स्पर्धक जय्यत तयारीनिशी बंदुकीच्या आवाजाची वाट पाहत होते. इथे आवाज निघाला आणि तिथे बंदुकीतून गोळी बाहेर पडावी तसा ओवेन्स सुसाट वेगाने पळायला लागला. एक काळी रेघ प्रचंड वेगाने पुढे सरकतेय— एवढंच दृश्य दिसलं असेल. पहिल्या शंभर

मीटर्समध्ये तो इतरांपेक्षा दोन यार्ड्स पुढे होता आणि २०.७ सेकंदांत त्याने शर्यत संपविली, तेव्हा रजतपदकाचा मानकरी रॉबिन्सन त्याच्यापासून चार यार्डांवर होता.

प्रेक्षकांच्या उत्साहाला उधाण आलं. राष्ट्र, धर्म, वर्ण वगैरे सर्व भिंती धडाधड कोसळल्या आणि जेसी ओवेन्स बर्लिन ऑलिम्पिक्सचा 'हीरो' ठरला. हिटलर शेवटपर्यंत शर्यत पाहत होता. पण याच वंशज्येष्ठत्वाचं प्रिय तत्त्व ओवेन्सच्या झंझावाती पावलाखाली तुडवलं गेलेलं दिसल्यावर ओवेन्सचा गौरव करण्यासाठी थांबण्याची तसदी त्याने घेतली नाही.

खरं म्हणजे, एवढ्या पराक्रमावर 'ऑलिम्पिक्स ग्रेट्स'मधलं स्थान त्याने काबीज केलं होतं... परंतु दैवाच्या मनात त्याला आणखी मोठं करण्याची इच्छा असावी. ४ ×१०० मीटर्सच्या रिले शर्यतीमधील जर्मन आणि इटालियन संघांची ताकद पाहून अमेरिकन कोच लॉसन रॉबर्टसनने याही शर्यतीत ओवेन्स आणि मेट्क्लाफला संधी द्यायची शक्कल लढवली... त्यासाठी त्याने दोन ज्यू खेळाडूंना वगळलं. एरवी या बदलाचं स्वागतच झालं असतं. पण अमेरिकेत त्याला भलताच अर्थ लावण्यात आला. 'The United States team had given way to Hitler by excluding the two Jewish runners.' अशी बातमी प्रसिद्ध झाली.

हिटलरलासुद्धा त्या बातमीने आनंद होणं शक्य नव्हतं, कारण ज्यूंची जागा घेणारेही त्याच्या आर्यन तत्त्वात बसत नव्हते... ओवेन्स मात्र त्याच्या समावेशामुळे भलताच खूष झाला. एका पत्रकाराला तो म्हणाला, "बुधवारनंतर वेळ कसा घालवावा, कळत नव्हतं. आम्ही निश्चितच जिंकू."

ओवेन्स शर्यतीत उतरला की, त्या शर्यतीचा निकाल ठरूनच गेलेला असायचा. इथेही काही वेगळं घडलं नाही. पाच फूट दहा इंच उंचीचा आणि नखशिखांत ॲथलिट वाटणारा जेसी ओवेन्स चौथ्यांदा गळ्यात सुवर्णपदक घालून प्रेक्षकांचं अभिवादन स्वीकारत विजेत्याच्या प्लॅटफॉर्मवर उभा राहिला...

देशबांधवांची वागणूक

आठ जागतिक विक्रम आणि चार सुवर्णपदकांनी भरलेली बॅग घेऊन जेव्हा ओवेन्स मायदेशी परतला, तेव्हा त्याला काय मिळालं? पुन्हा तीच तिरस्करणीय वागणूक— जी मानवतेची टिमकी वाजवणाऱ्या अमेरिकेत काळ्यांना मिळते. सुवर्णपदक आणि जागतिक विक्रम काही त्याच्या कातडीचा रंग बदलू शकत नव्हते. बर्लिनमध्ये तो जगज्जेता असेलही, पण अमेरिकेत तो साधा

काळा माणूस होता. गोऱ्या वर्णापुढे अमेरिका पदकांना फारसं महत्त्व देत नव्हती. आज स्थिती थोडीफार सुधारली असली, तरी अजूनही काळ्या खेळाडूंच्या जीवावर पदकं मिळवणाऱ्या अमेरिकेत त्यांना फारशी किंमत नाहीच. पुढे एकदा ओवेन्स दु:खाने म्हणाला, ''माझ्याशी हिटलरने हस्तांदोलन केलं नाही, त्याचं काही वाटलं नाही; परंतु आमच्या राष्ट्राध्यक्षांनीही व्हाईट हाऊसमध्ये बोलावून शाबासकी दिली नाही.''

स्वकीयांकडून मिळणाऱ्या सापत्न वागणुकीमुळे हताश झालेल्या ओवेन्सने 'हौशी' खेळाला रामराम ठोकला आणि तो व्यावसायिक बनला. पैशासाठी तो घोड्यांबरोबर शर्यती धावू लागला. घोड्यांबरोबर माणसांनी धावणं, हा विचारच मनाला चटका लावून जातो. पुढे त्याने रेडिओ आणि टेलिव्हिजनमध्येही काम केलं. काळ्या मुलांसाठी शिकागोमध्ये बोर्डिंगही सुरू केलं. ऑलिम्पिक्सपासून दूर झाला असला, तरी शेवटपर्यंत त्याचा ऑलिम्पिकमधला इंटरेस्ट कायम होता. अफगाणिस्तानच्या प्रश्नावरून अमेरिकेने मॉस्को ऑलिम्पिकवर टाकलेला बहिष्कार त्याला मान्य नव्हता, परंतु मॉस्को ऑलिम्पिक्स पाहण्याची त्याची इच्छा पूर्ण होऊ शकली नाही. विधात्याला त्याची जीवनाची शर्यत त्यापूर्वीच संपविण्याची दुर्बुद्धी झाली...

जेसी ओवेन्स नाव धारण करणारं काळं तुफान आता इतिहासाच्या पानात बंदिस्त झालंय. पण जेव्हा जेव्हा ऑलिम्पिक्सची ज्योत प्रज्वलित होईल, तेव्हा या तुफानाची यादगार निघाल्याशिवाय राहणार नाही...'जेसी ओवेन्स' हे नाव पुसून टाकायचं सामर्थ्य काळातसुद्धा नाही.

त्यामुळे लुईस आला, बोल्ट आला किंवा उद्या ब्लेकने बोल्टचा विक्रम मागे टाकला; तरी जेसी ओवेन्सबद्दल वारंवार बोललं जाईल, कारण ती महानतेची सुरुवात आहे. स्प्रिन्टच्या महानतेचा तो स्टार्टिंग पॉइंट आहे. गाडी व्हीटीवरून अमृतसरला गेली, तरी व्हीटी विसरलं जात नाही.

□□

१७. उंच माझा झोका

मेरी कोमच्या लढतीनंतर एक पत्रकार मला म्हणाला, "ती काय ठोसे देते रे, ठोसे! एक बाई इतकी आक्रमक? दोन मुलांची आई आहे ती!"

मी त्याला म्हटलं, "कुणी म्हटलं, बायका आक्रमक नसतात? आपल्याकडे घरात राज्य कुणाचं असतं?" 'अहो, ऐकलतं का?' असा अंत:पुरातून आवाज आला की, ठार बहिऱ्याला, पुन्हा लाऊडस्पीकर लावल्याप्रमाणे कानांत आवाज ऐकू यायला लागतो."

स्त्री शरीराने पुरुषापेक्षा जास्त नाजूक असली तरी 'Weaker sex' ती नक्की नाही. महिलांच्या मुष्टियुद्धात दोन-दोन मिनिटांच्या चार फेऱ्या असतात. दोन फेऱ्यांमध्ये तीन मिनिटांची विश्रांती असते. तरीही एका मुष्टियुद्धाच्या मॅचनंतर स्त्रीचं वजन दोन किलोंनी वजन कमी होतं. (अरे, वजन कमी करायला महागडे उद्योग का करता? शॅडो बॉक्सिंग करा. दिवसात दीड किलो वजन कमी होईल.) मेरीने दोन किलो वजन कमी करून कांस्यपदकाची शाश्वती मिळवून दिली.

आपण किती अल्पसंतुष्ट आहोत ना? कांस्यपदकसुद्धा आपल्याला महान वाटतं. तीसुद्धा म्हणाली की, "माझे जागतिक चॅम्पियनशिपमधले विजय हे ४६ आणि ४८ किलो वजनी गटांतले होते. ऑलिम्पिकमध्ये ५१ किलो हा कमीत कमी वजनगट आहे; नाही तर मी सुवर्णपदक मिळवलं असतं."

आज रमाबाई रानडे, सावत्रीबाई फुले असत्या तर त्यांना पण मेरी कोमवर पुष्प वृष्टी करावी वाटली असती.

मी ह्याला अल्पसंतुष्ट असणं म्हणतो. सर्वसाधारण माणूस विनयशील असणं मला आवडतं, पण खेळाडूने वेळप्रसंगी उद्धट असलं तरी चालेल; मात्र तोंडातून नकारात्मक सूर येता कामा नये. 'मी सुवर्णपदक नक्की जिंकेन', अशी महत्त्वाकांक्षा मनात ठेवली, तरच रजतपदक प्रसन्न होतं विचार करतं. "No Failure, but low aim is a crime" ही मानसिकता आपण अंगीकारली पाहिजे.

पण, मेरी कोम काय किंवा सायना नेहवाल— ह्यांना पाहून स्वर्गातून सावित्रीबाई फुले, रमाबाई रानडेंसारख्या स्त्रियांना ह्यांच्यावर पुष्पवृष्टी करावीशी वाटत असेल. त्यांनी शिक्षणासाठी घराबाहेर पावलं टाकली आणि अंत:पुरातली भारतीय स्त्री जगापुढे आली. मेरी कोम आणि सायनाला ही दोन नावं कदाचित ठाऊक नसतील, कारण नेहमी कळस दिसत राहतो; पायाचा दगड विसरला जातो. पण ह्या लंडन ऑलिम्पिक्सने महिलांच्या सहभागाच्या बाबतीत कात टाकलीय. हे ऑलिम्पिक आजपर्यंतच्या इतिहासातलं असं एकमेव ऑलिम्पिक

आहे, ज्यात सहभागी झालेल्या प्रत्येक देशाच्या संघात एक महिला आहेच आहे. एकूण १० हजार ५०० खेळाडू भाग घेताहेत. त्यांत ४५ टक्के महिला आहेत.

गंमत पाहा. जेव्हा १८९६ मध्ये आधुनिक ऑलिम्पिक्सला सुरुवात झाली, तेव्हा त्यात महिलांचा सहभाग फक्त प्रेक्षक म्हणून होता. त्यानंतर शंभर वर्षांनी म्हणजे १९९६ च्या अॅटलांटा ऑलिम्पिक्समध्ये तब्बल २६ देशांच्या संघांत महिलांचा सहभाग नव्हता; पण ह्या वेळी सौदी अरेबियासारख्या देशानेही दोन महिला खेळाडू पाठवले. त्यांची एक क्रीडा अधिकारीही महिला होती. फक्त जगाने एकच गोष्ट पाहिली की, उद्‌घाटन समारंभात ह्या तिन्ही महिला पुरुषांच्या मागून चार पावलं चालत होत्या– लक्ष्मणाने सीतेच्या मागून चार पावलं चालावं, तसं. पण सौदी अरेबियन स्त्री-पुरुषांनी जगासमोर हातात हात घालून चालण्यासाठी आणखीन शंभर वर्षे उलटावी लागतील. तिथे शाळेत मुलींना खेळ खेळायची परवानगी नाही आणि महिलांना गाडी चालवण्याची सर्वसाधारणपणे परवानगी नसते. तिथे मेरी कोम पट्‌कन जन्म घेणार नाही. ह्या वेळी सौदीच्या महिला खेळाडूंनी ज्युडोमध्ये भाग घेताना हिजाब वापरणारच, असं सांगितलं होतं. हिजाब साधारण स्कार्फसारखा असतो. हे ज्युडोच्या नियमाबाहेरचं आहे. त्या महिला खेळाडूच्या बापाने स्पष्टपणे सांगितलं, "तिला हिजाब घालायला दिला नाही, तर ती स्पर्धेत उतरणार नाही." नियमाकडे चक्क काणाडोळा करण्यात आला. एक सौदी मुलगी आज (दि. ८) ४०० मीटर्सच्या शर्यतीत भाग घेणार. (बुरखा नसावा, ही अपेक्षा आहे.) ती अमेरिकेत साऊथ कॅलिफोर्नियात राहते. तिच्या ऑनलाईन बायोग्राफीवर तिचा फोटो होता. तिच्या कुटुंबाने तिच्या युनिव्हर्सिटीला तो काढायला लावला. इंटरनॅशनल ऑलिम्पिक असोसिएशनला जो तिचा फोटो दिला गेलाय; त्यात तिचे केस, तिचे बाहू, तिचे पाय झाकलेले आहेत.

त्याउलट ती राहते ते पाश्चात्त्य जग आहे. अमेरिकेच्या सॉकर संघाच्या एका महिला खेळाडूने जगाला ओरडून सांगितलं, "मी गे आहे." (समलिंगी संभोगात रस घेणारी). पंधरा वर्षांपूर्वी हे असं सांगणं म्हणजे स्वत:च्या कारकिर्दीची चिता स्वत:च्या हाताने पेटवणे होते. पण, आता तिथे आपण गे किंवा लेस्बियन आहोत; हे आम्ही कोकणस्थ आहोत, देशस्थ आहोत— इतक्या सहजतेनं सांगितलं जातं. अर्थात, स्त्रियांचं जग त्याहूनही पुढे गेलंय. परवा लंडनमध्ये चार युक्रेनियन मुली टॉपलेस झाल्या. त्यांनी वरच्या अंगाला रक्त लावलं आणि त्यावर काळ्या अक्षरात लिहिलं— 'No Sharia.' म्हणजे शरीयत कायदा नको.

त्यांचं ऑलिम्पिक कमिटीला सांगणं होतं की, शरीयत कायदा पाळून महिलांवर अन्याय करणाऱ्या देशांना ऑलिम्पिकपासून दूर ठेवा.

महिलांचा झोका उंच जातोय; पण तो पडण्याइतका दूर नको.

❏❏

१८. पिंग पाँग डिप्लोमसी

सध्या चिनी ड्रॅगन ऑलिम्पिक्स पादाक्रांत करतोय. रशिया आणि त्यांचे पूर्वाश्रमीचे साम्यवादी देश आता फक्त ह्या साम्यवादी ड्रॅगनकडे जुन्या आठवणी चाळवत पाहत असावेत. अमेरिकाही हतबुद्ध झालीय. चीन त्यांच्या फक्त बाजारात शिरलेला नाही; तो त्यांच्या खेळात शिरलाय आणि अमेरिका हा खेळातला सर्वांत मोठा डॉन नाही, हे चीन सप्रमाण सिद्ध करतोय. चीनने काही खेळ असे काबीज केले आहेत की, त्या खेळांतली बहुतेक पदकं त्यांनी काबीज केली आहेत. त्या खेळांची जननी वेगळी असली, तरी चिनी खेळाडू हे त्या खेळांची खरी लेकरं आहेत.

मी ज्या दोन खेळांबद्दल बोलतोय, ते खेळ आहेत टेबलटेनिस आणि बॅडमिंटन!

बीजिंग हे शहर लंडनपासून तब्बल पाच हजार मैलांवर आहे. पण, चिनी खेळाडूंसाठी लंडन हे होमग्राऊंड होतं. कारण, ज्या दहा हजार प्रेक्षक क्षमतेच्या सेंटरमध्ये स्पर्धा भरवल्या गेल्या, तिथली टेबलं काय— सर्वच वस्तू ह्या शांघायच्या एका कंपनीने बनवल्या होत्या. त्या कंपनीचं नाव होतं, 'डबल हॅपिनेस स्पोर्ट्स.'

टेबलटेनिसमधल्या चिनी साम्राज्याची सुरुवात इथून होते. बरं, ह्या खेळाची आई कोण? तर उत्तर आहे— इंग्लंड. १९ व्या शतकात इंग्लंडमधल्या

काही श्रीमंतांनी जेवणानंतरची करमणूक म्हणून हा खेळ शोधला. त्या वेळी सिगारेटची बॉक्स ही त्यांची रॅकेट होती आणि पुस्तक हे नेट. चार वर्षांपूर्वी २००८ मध्ये एका पार्टीत ऑलिम्पिक्सचा झेंडा ब्रिटिशांच्या हातात सोपवताना लंडनचे मेयर बोरिस जॉन्सन म्हणाले, ''लंडन ही जागतिक खेळांची राजधानी आहे आणि मी चीनला व इतर जगाला सांगू इच्छितो की, 'पिंग पाँग' घरी येतोय.''

टेबलटेनिसचं पाळण्यातलं नाव पिंगपाँग होतं. चीनने १९५९ मध्ये पहिल्यांदा जागतिक टेबलटेनिस स्पर्धेत आपला ठसा उमटवला. रॉग गु आतू ऑन हा त्यांचा जागतिक स्तरावरचा कुठल्याही खेळातला पहिला चॅम्पियन होता. बरोबर त्या वर्षी चिनी क्रांतीला दहा वर्षे पूर्ण झाली होती. त्यामुळे रॉग आणि त्याची साथीदार ही चिनी क्रांतीची रसाळ आणि गोमटी फळं मानली गेली. चीनने त्या क्षणी ठरवलं, ह्यापुढे महान टेबलटेनिसपटू तयार करायचे. तिथे खेळाडू अर्थात तयार केले जातात. Manufacture हा त्याला योग्य शब्द आहे. त्यामुळे, पंतप्रधान चौ एन लायने टेबलटेनिसची टेबलं तयार करण्याचे कारखाने काढले. ही शांघायची डबल हॅपिनेस कंपनी तिथूनच शेकडो टेबलं तयार करायला लागली. चीनमध्ये १९६६ मध्ये सांस्कृतिक क्रांती झाली. त्यात ज्या-ज्या गोष्टी कम्युनिस्टपेक्षा प्रतिगामी आणि प्रतिक्रांती वाटल्या, त्या निर्दयपणे चिरडल्या गेल्या. परदेशाबरोबर खेळाचे संबंध कमी केले गेले. रॉगला बदनाम केलं गेलं. पुढे कैदेत टाकलं आणि त्यानंतर तो व त्याच्या तीन साथीदारांनी आत्महत्या केली. एके काळचं हे क्रांतीचं गोमटं फळ नासवलं गेलं.

सन १९७१ मध्ये एक अपघात घडला. जागतिक चॅम्पियनशिप स्पर्धेच्या वेळी जपानमध्ये एक अमेरिकन खेळाडू चिनी खेळाडूंच्या बसमध्ये शिरला. त्या अमेरिकन खेळाडूचं नाव होतं ग्लेन कॉवन. तो बराच काळ सराव करत राहिला. त्यामुळे त्याची बस चुकली. त्याला हॉटेलवर जाणारी चिनी बस दिसली. तो त्यात चढला. बरं, त्या वेळी सर्व खेळाडूंना सक्त ताकीद होती की, इतर खेळाडूंबरोबर बोलायचं नाही. संबंध ठेवायचे नाहीत. त्यामुळे बसमध्ये स्मशानशांतता होती. एका खेळाडूने ही शांतता मोडली. त्याचं नाव होतं झुआंग झेडॉग! तो तीन वेळा जागतिक चॅम्पियन झाला होता. त्याने म्हणे स्वत:ला प्रश्न विचारला, 'क्रमांक एकच्या शत्रूशी बोलायचं?' पण, त्याच्यातला माणूस जागा झाला. त्याने सिल्कचा एक स्कार्फ त्या अमेरिकन खेळाडूला दिला. अमेरिकन खेळाडूकडे त्या झुआंगला द्यायला काहीही नव्हतं. त्याने खिशातली वापरलेली थोडी खराब

टेबलटेनिसचे राज्य नेहमीच चिनी खेळाडूंकडे असते

झालेली फणी दिली आणि मग लक्षात आल्यावर अंगातला टी-शर्ट. त्यावर शांततेचं चिन्ह होतं. बस होस्टेलला पोहोचली, तेव्हा बाहेर पत्रकार आणि छायाचित्रकार होते. त्यांनी धडाधड फोटो काढले आणि एक छोटी घटना मोठी झाली.

अनेकांना प्रश्न पडला होता की, झुआंग झेडॉगचं काय होणार? खेळातून हद्दपार कैदी की फाशी? पण, चेअरमन माओ सुखावला. मोगॅम्बो खुश हुआ! म्हणाला, ''झुआंग फक्त टेबलटेनिस चांगला खेळत नाही, राजनैतिक संबंधही घट्ट करू शकतो. त्याचं मन राजकारण्याचं आहे.'' चीन आणि अमेरिका एकत्र यायला कारण शोधत होते. त्यानंतर काही दिवसांनी चिनी टेबलटेनिस संघटनेने अमेरिकन टेबलटेनिस संघाला चीनमध्ये येण्याचं आमंत्रण दिलं. चीनमध्ये जाणारे ते पहिले अधिकृत अमेरिकन नागरिक होते. त्यानंतर १९७२ मध्ये अध्यक्ष निक्सन चीनला गेले आणि चीन-अमेरिका राजनैतिक संबंध सुरू झाले. त्याला जगाने 'पिंगपाँग डिप्लोमसी' नाव दिले. राजनैतिक टेबलावरचं टेबलटेनिस जसं चीनने अमेरिकेशी दोस्ती करून जिंकलं, तसं टेबलटेनिसचं जगही पादाक्रांती

टेबलटेनिसचे राज्य नेहमीच चिनी खेळाडूंकडे असते

केलं. खेळात स्वत:ची शैली तयार केली. ती त्यांच्या लवचिक चिनी शरीरयष्टीला साजेशी होती. सन २००८ च्या बीजिंग ऑलिम्पिक्समध्ये चीनने कांस्य, रजत आणि सुवर्ण अशी तिन्ही पदकं पुरुष-स्त्रियांच्या वैयक्तिक स्पर्धेत मिळवली. एक छोटा अपवाद वगळता, ह्या वेळीही तेच घडतंय!

□□

१९. रंग फक्त पदकाला

ऑलिम्पिकच्या पदकाला रंग असतो. सोनेरी, रुपेरी, नाही तर तांबूस. पण, आता ऑलिम्पियन खेळाडूला रंग नसतो. तसा देवाने त्याला कातडीला दिलेला रंग घेऊनच तो खेळतो. तो कधी गोरा, कधी काळा, कधी गव्हाळ, कधी पिवळा असू शकतो. पण रंगावरून त्याला कुणी हिणवत नाही. त्याला उच्च-नीच समजत नाही. विशेषत: अशा देशात जिथे एके काळी काळे गुलाम होते आणि आजही गोऱ्या कातडीच्या मनात काळ्यांबद्दलचा किंवा गोरेतरांबद्दलचा दबलेला द्वेष कधी तरी उसळून येतो. पण इंग्लंड असो, अमेरिका असो, फ्रान्स किंवा जर्मनी— ते आपले ॲथलिट मिरवतात.

मो फराह हा इंग्लंडला १० हजार मीटर्समध्ये सुवर्णपदक मिळवून देणारा ॲथलिट. हा आठ वर्षांचा असताना सोमालिया ह्या लढाईने गांजलेल्या देशातून ब्रिटनमध्ये त्याच्या आई-वडिलांबरोबर निर्वासित म्हणून आला. त्याचे काही काळे मित्र वयात आल्यावर गुन्हेगारीकडे वळले, विद्रोही झाले. मो फराहने मात्र आपली रग, आपल्या अंगातल्या आगीने ॲथलेटिक्सचा ट्रॅक उजळून काढायचा ठरवलं. ह्या वेळी १० हजार मीटर्स शर्यतीतलं सुवर्णपदक जिंकल्यावर त्याला एका पत्रकाराने (अर्थात ब्रिटिश) विचारलं, ''तुला सोमालियासाठी पदक जिंकायला आवडलं असतं का?'' तो थोडा वैतागला. पण शांतपणे म्हणाला, ''मित्रा, ब्रिटन हा माझा देश आहे. इथे मी वाढलो, इथे मी खेळायला शिकलो. ह्या देशाचा

जन्म सोमायलियाचा पण पदक मिळवलं दत्तक गेलेल्या इंग्लंडसाठी

मला प्रचंड अभिमान आहे. ज्या देशात मी वाढलो, त्या देशासाठी पदक मिळवण्यातला आनंद वेगळा आहे.'' इंग्लंडमध्ये खेळाच्या मैदानावर हा गोरा, हा काळा हा भेदच राहिलेला नाही; उलट त्यांना इमीग्रन्ट म्हटलं जातं. आपला खास 'उपरा' हा शब्द वापरू या त्यांच्यासाठी. ते उपरेच इंग्लडला, अमेरिकेला पदकं मिळवून देताहेत.

कुणी काळं आहे, कुणी पिवळं आहे आणि त्यांच्या खेळाडूंनाही त्याचा अभिमान आहे. इंग्लंडचा टेनिसचा विजेता मरे ह्या काळ्या मो फराहची शर्यत पाहायला विसरला नाही आणि त्याचा स्टॅमिना व वेगाबद्दल कौतुक करायलाही विसरला नाही. प्रत्येक खेळाला वेगवेगळ्या प्रकारचा फिटनेस लागतो. फराहचा फिटनेस पाहून मरे म्हणाला, ''मी माझ्या टेनिसच्या सरावात बऱ्याचदा स्प्रिन्ट्स मारण्याचा सराव करतो. मी ४०० मीटर्सची स्प्रिन्ट मारतोच मारतो. व्यायामाच्या सुरुवातीला फ्रेश असताना ही स्प्रिन्ट मी मारली, तर मला ५७ सेकंद लागतात. याची शर्यत मी पाहत होतो. ह्या माणसाने ९६०० मीटर्सनंतर शेवटचे ४०० मीटर्स फक्त ५३ सेकंदांत पार केले. मला त्याच्या स्टॅमिन्याचं प्रचंड कौतुक वाटतं.''

पूर्वी काळ्या ॲथलिटच्या बाबतीत हे कौतुकाचे शब्द फार कमी होते.

जर्मनीचा हुकूमशहा हिटलर तर वर्णश्रेष्ठत्वाच्या तत्त्वज्ञानाने एवढा पछाडला होता की, जेसी ओवेन्ससारख्या चार सुवर्णपदकं जिंकणाऱ्या महानतम ॲथलिटशी त्याने हस्तांदोलन केलं नव्हतं. हिटलर तरी जर्मनीचा; पण जेसी ओवेन्सेने ज्या अमेरिकेसाठी पदकं जिंकली, त्या अमेरिकेच्या अध्यक्षांनीही ओवेन्सला भेटायला बोलावलं नाही. ही गोष्ट १९३६ ची; मात्र १९६० साली तरी अमेरिका कुठे सुधारली होती! मुष्टियुद्धामधलं सुवर्णपदक घेऊन कॅशियस क्ले परत अमेरिकेला गेला. त्याला वाटलं, आपल्याला आता अमेरिकन्स डोक्यावर घेणार. तो एका रेस्टॉरन्टमध्ये शिरला, गळ्यात पदक मिरवत. पण तो काळा म्हणून त्या रेस्टॉरन्टच्या मालकाने त्याला बाहेर काढलं. कॅशियस क्लेचा जिंकण्याचा आनंद क्षणात संपला. त्याला आपण कोण आहोत, आपल्या कातडीचा रंग काय आहे, ह्याची जाणीव झाली. पुढे तो महंमद अली झाला आणि जगाला त्याने त्याच्या मुष्टियुद्धातल्या कौशल्याला सॅल्यूट ठोकायला भाग पाडायला लावलं.

पण आता काळ बदललाय. ॲथलेटिक्समधली ट्रॅकवरची पदकं आता अमेरिकेसाठी काळेच लुटत असतात. एवढंच नाही, तर आता जिम्नॅस्टिक्सची सुवर्णपदकं गॅब्रिएला डग्लस ह्या काळ्या मुलीनं अमेरिकेला मिळवून दिली. (हाच मुळी एका लेखाचा विषय आहे.)

हा बदल मला नेहमीच सुखकारक वाटतो. अगदीच कट्टर, वर्णद्वेष्टी किंवा धर्मद्वेष्टी मंडळी सोडली, तर कुणी अशा चष्म्याने खेळाडूंकडे पाहत नाहीत. ह्याचं उत्तम उदाहरण म्हणजे ब्रिटनची हेप्टॅथलॉनची राणी जेसिना एनिस. तिच्या कातडीचा रंग मिश्र आहे. तिचे वडील जमैकन. आई बहुधा गोरी. ती शेफिल्डमधली. पण ती इंग्लंडची पोस्टरगर्ल आहे. लंडनमध्ये बऱ्याच पोस्टर्समधून ती आपल्याकडे गोड चेहऱ्याने पाहत असते. त्या दिवशी सुवर्णपदक जिंकल्यानंतर ८० हजार लोकांनी उभं राहून आणि टाळ्यांचा एकच कडकडाट करून तिला मानवंदना दिली. तिलाही युनियन जॅक हा तिचा झेंडा वाटला. मी लंडनमधल्या टॉवर ब्रिज किंवा लेस्टर स्क्वेअर वगैरेला काही वेळा मोठ्या स्क्रीनवर काही स्पर्धा पाहिल्या. जेसिका दिसली की, प्रचंड टाळ्या ऐकू यायच्या. टाळ्या मारणारे हात गोरे असायचे. तरीही गोरे अशा गोष्टींवर विनोद करायला विसरत नाहीत. मो फराह मुस्लिम आहे. इथे पेपरात आलेला मोवरचा विनोद –

'A muslim (mo), a mixed race lass (Jessica) walk in to bar. Everyone gets them a drink, but a soft drink for Mo!'

२०. नजफगढचे जय आणि वीरू!

भारतीय क्रीडाक्षेत्रात आपले काही हीरो आहेत. पूर्वी क्रिकेटच्या बाहेर एखादा रामनाथन कृष्णन, नंदू नाटेकर, नंतर विजय अमृतराज किंवा अशोककुमार, अस्लम शेरखानसारखे हॉकी खेळाडू असायचे. आता खेळांची संख्या वाढलीय, त्याबरोबर खेळाडूसुद्धा! विश्वनाथन आनंद, बिंद्रा, सायना नेहवाल, मेरी कोम वगैरे वगैरे! ह्यांच्या मांडीला मांडी लावून आता बसलाय सुशीलकुमार. त्याने रविवारी आपल्याला काही काळ सुवर्णाचं स्वप्न दाखवलं. पण, आपल्याला रजतपदकावरच समाधान मानावं लागलं. शॅम्पेनची जागा व्हाईट वाइनने घेतली. पण सुशीलकुमारने पुन्हा एकदा मन जिंकलं. ज्या देशात ऑलिम्पिकमध्ये एक पदक हा मोक्ष मानला जातो, त्या खेळाडूला त्याचं आयुष्य सार्थकी लागलं असं वाटतं; तिथे ह्या खेळाडूने लागोपाठच्या ऑलिम्पिक्समध्ये दोन पदकं मिळवली. त्यात कांस्यवरून रजतपदकावर गेला. तो आपला सुपर हीरोच आहे.

आपल्या मातीत ह्यापुढे एखादा एमिल झाटोपेक, एखादा फेल्प्स, एखादी नादिया, एखादा बोल्ट जन्माला येईल ना येईल; पण वीस-पंचवीस वर्षांपूर्वी एखादा सुशीलकुमार पाहायला मिळेल, अशी आशा तरी कुठे होती? सन १९५२ च्या हेलसिंकी ऑलिम्पिकमधल्या खाशाबा जाधवच्या कांस्यपदकानंतर फक्त अंधार होता. महाराष्ट्र हे कुस्तीचं माहेरघर होतं. पण, आपले मल्ल ऑलिम्पिक्समधून पदकं आणायचे नाहीत, ही वस्तुस्थिती होती. हिंदकेसरी

कुस्तीमधला सचिन तेंडुलकर

दुर्दैवाने कधी ऑलिम्पिक केसरी नाही झाले. त्या वेळी अनेक गोष्टींची चर्चा व्हायची. खेळाडूंना मातीची सवय आहे, मॅटची नाही– बुटाची सवय नाही, वगैरे! गुणवत्ता असूनही बदलत्या काळाशी नाही जुळवून घेता आलं आपल्याला; तिथे हरियानात बघता-बघता कुस्ती रुजली, मॅट रुजलं, बूट रुजले आणि विजेते बाहेर यायला लागले. सुशीलकुमारच्या रुपेरी झगमगाटात योगेश्वर दत्तचं कांस्य थोडं सावलीत गेलं. पण, एका तासाच्या आत तो तीन कुस्त्या जिंकला आहे. त्याचा घामही तितकाच महत्त्वाचा आहे.

पण सुशीलकुमार हा कुस्तीतला सचिन तेंडुलकर आहे. त्याला वलय आहे. त्याला व्यक्तिमत्त्व आहे. त्याच्याकडे आयडॉल व्हायची कुवत आहे आणि मुख्य म्हणजे, परफॉर्मन्स आहे. त्याने वर्ल्ड चॅम्पियनशिप, कॉमनवेल्थ गेम्स आणि एशियन चॅम्पियनशिप ह्या तिन्ही स्पर्धांत सुवर्णपदक मिळवलंय. तसा तो गरिबीतूनच वर आलाय. Rags to riches ह्या कथा मनाला नेहमीच भुरळ घालतात. त्याचे वडील, काका ह्यांचं आखाड्याच्या मातीशी नातं होतं. त्यामुळे सुशीलने लहानपणीच अंगाला माती लावली. अर्थात कुस्तीपटू होण्याची

कुस्तीमधला सचिन तेंडुलकर

महत्त्वाकांक्षा तशी खर्चिक असते. उंदीर आणि २० हजार खेळाडू ह्यांच्या सान्निध्यात तो १४ व्या वर्षापासून डॉरमेंटरीत राहायचा. वडील बसचालक. पण, सुशीलकुमारची महत्त्वाकांक्षा पूर्ण करण्यासाठी त्याच्या काकांनीही आखाडा सोडून पैसे कमवायचे उद्योग सुरू केले. त्याच्या मोठ्या भावानेही स्वत:ची कुस्तीपटू व्हायची महत्त्वाकांक्षा बासनात गुंडाळून ठेवली.

मला ह्या ठिकाणी सचिन तेंडुलकरच्या कुटुंबाची आठवण येते. थोड्या-फार फरकाने असंच घडलं. सचिन क्रिकेटसाठी त्याच्या काका-काकूकडे राहिला. त्याच्या मोठ्या भावाने त्याचं आयुष्य सचिनला वाहिलं. एक गोष्ट आपण लक्षात ठेवली पाहिजे की, प्रत्येक चॅम्पियनच्या मागे त्याच्या कुटुंबाचाही फार मोठा त्याग असतो. फार मोठं ओझं त्यांनी उचललेलं असतं. स्वत:च्या इच्छा-आकांक्षा दूर ठेवून पोटाला चिमटा काढलेला असतो.

काल सुवर्णपदक हुकलेल्या सुशीलकुमारचे वडील नर्व्हस झाले आणि म्हणाले, ''जरूर ट्रेनिंग मे कोई गलती हुई है, सुशील के पास अच्छा ट्रेनिंग पार्टनर नहीं था!'' बापच असे चिडून उद्गार काढू शकतो. कारण, त्यानेही त्याचा घाम गाळलेला असतो आणि रक्त आटवलेलं असतं.

ह्या ऑलिम्पिकमध्ये २०० मीटर्सच्या बटरफ्लाय शर्यतीत दक्षिण आफ्रिकेच्या चाड द क्लॉसने साक्षात फेल्प्सला हरवलं. त्या स्पर्धेत फेल्प्सला हरवणं म्हणजे टोर्पेडोला हरवणं होतं. तिथे असलेले त्याचे वडील आनंदाने बेभान झाले आणि चाड जेव्हा सुवर्णपदक घेण्यासाठी पोडियमवर चढला, तेव्हा दक्षिण आफ्रिकेचे राष्ट्रगीत सुरू झाले. त्याच्या डोळ्यांतून अश्रू ओघळायला लागले. त्याला नंतर विचारलं गेलं, "ते अश्रू राष्ट्रप्रेमाचे होते का?" तो प्रामाणिकपणे म्हणाला, "ते माझ्या आई-वडिलांनी माझ्यासाठी घेतलेल्या परिश्रमाचे होते."

आणखीन एक वेगळा किस्सा ह्या ऑलिम्पिक्समधला मला आठवतोय– इंग्लंडचा ज्युडो स्टार इव्हान बर्टनचा. तो ह्या ऑलिम्पिक्समध्ये दुसऱ्या फेरीत दोन मिनिटांत हरला. नंतर मुलाखत देताना तो भावनिक दृष्ट्या कोसळला. का कोसळला? तो म्हणाला, "माझ्यावर मेहनत घेणारे माझे गुरू आणि माझ्या आई-वडिलांची मेहनत मी पाण्यात घातली." सेबॅस्टियन को जो आता लंडन ऑलिम्पिकचा सर्वेसर्वा आहे– त्याचे वडील प्रत्येक स्पर्धेला त्याच्याबरोबर जायचे आणि त्याची धावण्याची वेळ एका छोट्या वहीत लिहून ठेवायचे. ऑलिम्पिकमध्ये फक्त खेळाडू जिंकत नसतात, पदकं जिंकत नसतात; त्यांचे आई-वडील मनाने पदकं जिंकत असतात. पोडियमवर मुलाबरोबर तेसुद्धा असतात. सुशीलकुमारच्या बाबतीतही तेच असावं.

सुशीलकुमार हा आयडॉल बनू शकतो. कारण, आखाडा आणि आखाड्याबाहेरची त्याची वागणूक आदर्श आहे. सुशीलकुमारला २०१० च्या कॉमनवेल्थ गेम्सच्या वेळी सर्वांत लोकप्रिय खेळाडूचं ॲवॉर्ड मिळालं होतं. एका ऑस्ट्रेलियन कुस्तीपटूने त्याला त्याचं मत देऊन म्हटलं होतं, "तो वर्ल्ड चॅम्पियन आहे, तरीही केवढा विनयशील आहे! मला त्याची स्टाईल आवडते."

नजफगढ हे दिल्लीजवळचं गाव. परवा-परवापर्यंत बाहेरच्या जगाला ते गाव अज्ञात होते. ह्या गावाने दोन असे खेळाडू दिले, ज्यांनी त्यांच्या खेळात क्रांती केली. एक सुशीलकुमार, जो नावाप्रमाणे सुशील आहे आणि दुसरा सेहवाग. जय आणि वीरू!

❑❑

२१. फेल्प्स नावाचा देवमासा

काही दिवसांपूर्वी मी मॉन्ट्रियलला गेलो होतो. कोल्हापूरला गेल्यावर आपण अंबाबाईचं दर्शन घेतल्याशिवाय निघत नाही; तसाच मी मॉन्ट्रियलमध्ये खेळाच्या मंदिरात जाऊन आलो. त्या मंदिराचं नाव होतं, 'ऑलिम्पिक स्टेडियम.' तिथे १९७६ मध्ये ऑलिम्पिक भरलं होतं. त्या मंदिराच्या गाभाऱ्यात गेल्यावर बघता-बघता एक देवी डोळ्यासमोर उभी राहिली. तिचं नाव होतं, 'नादिया कोमानेसी.' जिम्नॅस्टिक्सची क्रांती देवता. तिने जिम्नॅस्टिक्सला सौंदर्य आणि परफेक्शन बहाल केलं. ते ऑलिम्पिक्स तिचं होतं. लंडन ऑलिम्पिक्स कुणाला देव किंवा देवी बनवणार, देव जाणे! पण देवत्वाला पोहोचलेल्या काही ॲथलिट्सकडे नक्कीच लक्ष राहणार. त्यात एक आहे, अमेरिकेचा देवमासा– मायकेल फेल्प्स!

सन १९७२ च्या म्युनिच ऑलिम्पिक्समध्ये जेव्हा मार्क स्पिट्झने सात सुवर्णपदकं जिंकली, तेव्हा ते वैयक्तिक पदकांच्या बाबतीतलं एव्हरेस्ट वाटलं. वाटलं, आता नाही कुणी पुढे जाणार! सात वैयक्तिक सुवर्णपदकं म्हणजे काय, चेष्टा आहे? पण, मार्क स्पिट्झच्याच अमेरिकेतून मायकेल फेल्प्स नावाचा देवमासा ऑलिम्पिकच्या समुद्रात आला. त्याने २००८ च्या बीजिंग ऑलिम्पिकमध्ये आठ सुवर्णपदकं मिळवली. एव्हरेस्ट आणखीन उंच केलं. हे असं शिखर आहे, जे एका माणसाला वारंवार नाही उंचावता येणार. फेल्प्स या वेळी फक्त सात स्पर्धांत भाग घेतोय. त्याच्याच देशाच्या रॉयन लॉकटीने कडवं आव्हान त्याच्यासमोर

फेल्प्स हा ऑलिंपिकमधला देवमासा

उभं केलंय आणि रिले शर्यतीत यूएसएचे संघ गेल्या वेळेएवढे मातब्बर नाहीत. नादिया कोमानेसीलाही मॉन्ट्रियलची उंची पुढच्या मॉस्को ऑलिम्पिकमध्ये गाठता आलेली नव्हती.

ह्या वेळी फेल्प्सचं टार्गेट वेगळं आहे. त्याच्यापुढे आव्हान आहे रशियन जिम्नॅस्ट लॅटिनिनाचं! तिने १९६४ पासून पुढच्या तीन ऑलिम्पिक्समध्ये एकूण १८ पदकं जिंकली होती. त्यांत अर्थात सुवर्ण, रजत, कांस्य वगैरे सगळी पदकं आली. फेल्प्सच्या गळ्यात सध्या सोळा पदकांची माळ आहे. त्याला ऑलिम्पिक्सचा सार्वभौम राजा होण्यासाठी तीन पदकांची गरज आहे. ती मिळाली, तर तो ऑलिम्पिक्सचा ध्रुवतारा होणार. पण हे अढळ पद तितकं सोपं नाही. त्याचं हे शेवटचं ऑलिम्पिक आहे. तिशीनंतर ऑलिम्पिक्समध्ये भाग घ्यायचा नाही, हे

त्याने ठरवून टाकलंय आणि गेल्या वर्षभरात त्याचं प्रगतिपुस्तक तितकं चांगलं नाही. गेल्या अकरा महिन्यांत लॉकटीने त्याला दोनदा हरवलं. त्या आधी मारिजुआना ओढतानाच्या त्याच्या फोटोने अमेरिकेत खळबळ माजली होती. पण, आता तो ह्या सर्वांतून सावरलाय.

चॅम्पियन्स आपल्या काळाच्या पुढे असतात. ते काळही थोपवू शकतात. ते उताराला लागले आहेत, असं वाटत असताना उसळी मारू शकतात. वय हा त्यांच्यासाठी आकडा असतो, अडथळा नसतो. विम्बल्डनमध्ये हे फेडररने दाखवून दिले. सचिन तेंडुलकर ते दाखवतो. फेल्प्सकडे ती गुणवत्ता आणि मानसिक ताकद व विशेषत: वृत्ती आहे. त्याने वयाच्या पंधराव्या वर्षी जागतिक विक्रम मोडला. सोळाव्या वर्षी त्याने त्याचा आर्थिक कारभार सांभाळायला एजंट ठेवला. अर्थात, त्याची आई त्याच्यामागे खंबीरपणे उभी होती. ती बॉल्टिमोरला विन्डसर मिडल स्कूलची प्रिन्सिपॉल आहे. पण, तरीही विचार करा— तुम्ही सोळा वर्षांचे आहात. एक एजंट तुम्हाला प्रश्न विचारतो, ''स्विमिंग पूलच्या बाहेर तुला काय करायचंय?'' काय उत्तर दिलं असतं तुम्ही? मी म्हटलं असतं, 'खायचंय, प्यायचंय, मजा करायचीय... चांगली मुलगी शोधून डेटवर जायचंय.' म्हणून मी दादरच्या स्विमिंग पूलवरचीही स्पर्धा जिंकली नाही. तो म्हणाला, ''मला स्विमिंगच्या खेळामध्ये बदल घडवायचाय.'' सोळाव्या वर्षी बदलाचा विचार? हा स्विमिंगमधला ज्ञानेश्वर असावा. त्याने 'स्पिडो' ह्या अंडरवेअर आणि स्विमिंग कॉश्च्युमच्या कंपनीबरोबर करार केला. त्या कंपनीने त्याला सांगितलं, 'मार्क स्पिट्झचा विक्रम मोड; तुला आम्ही दहा लाख डॉलर्सचा बोनस देऊ.'

टिनएजर असताना फेल्प्स लाखात खेळायला लागला. पण, २००४ च्या ऑलिम्पिकमध्ये त्याने फार मोठी महत्त्वाकांक्षा ठेवली नाही. इतर खेळाडूंप्रमाणे एक सुवर्णपदक ही त्याची अपेक्षा होती. तो सहा पदकं जिंकला. त्यांतील दोन पदकं कांस्य होती. २०० मीटर फ्री स्टाईल आणि ४बाय१०० मीटर्स फ्री स्टाईल रिले! त्याला दहा लाख डॉलर्स मिळाले नाहीत, पण त्याने स्विमिंग ह्या खेळाची लोकप्रियता वाढवली. यूएसएची स्विमिंग मेंबरशिप ४.९ टक्क्यांवरून ७.२ टक्क्यांवर गेली. तो २००७ च्या वर्ल्ड चॅम्पियनशिपमध्ये पहिल्यांदा देवमासा ठरला. स्विमिंग पूल ही त्याने जहागिरी बनवली. वैयक्तिक शर्यती तो मोठ्या अंतराने जिंकला; फक्त त्याला आठ सुवर्णपदके मिळाली नाहीत, कारण रिलेमध्ये यूएसचा संघ हरला. ही २००८ च्या बीजिंग ऑलिम्पिकची नांदी

होती. त्यांनी तिथे फक्त विक्रमाच्या भिंती नाही कोरल्या, नव्या उभ्या केल्या. यूएसमध्ये स्विमिंगला सुपरस्टारपद मिळवून दिलं. अमेरिकेत 'ॲथलेटिक्स' हा ऑलिम्पिक खेळाचा राजा होता. जिम्नॅस्टिक्सला ग्लॅमर होतं. फेल्प्समुळे ते स्विमिंगनं पळवलं. बीजिंगमध्ये त्याने आठ सुवर्णपदके जिंकली. त्याला दहा लाख डॉलर्सचा बोनस मिळाला. त्याने तो बोनस मिळाल्यावर विमान, यॉट, लक्झरी गाडी, बेट वगैरे काही विकत घेतलं नाही. आपल्याकडे एका क्रिकेटपटूने पहिलं तीन कोटींचं कॉन्ट्रॅक्ट मिळाल्यावर एक कोटीची गाडी घेतली होती. त्याने काय केले असेल? त्याने मायकेल फेल्प्स फाउंडेशन काढलं आणि नवा फेल्प्स तयार करायच्या तयारीला लागला. ह्याला म्हणतात— खेळावरची श्रद्धा, प्रेम आणि जे वैभव खेळाने दिलंय, त्या खेळाला काही तरी परत द्यायची धडपड.

पण ह्या धडपडीतूनही तो लंडनकडे नक्की आशेने पाहतोय. त्याला विक्रम हवाय. त्याला सोनं हवंय. त्याने एकदा स्वयंपाकघराच्या कट्ट्यावर सर्व पदकं ठेवली. त्याची भाची कांस्यपदकांना पाहून म्हणाली, 'शी: डर्टी!' सोन्यात रमणाऱ्या कुटुंबाला कांस्य डर्टी वाटू शकतं. त्याचा तो हक्क आहे!

❏❏

२२. पहिला देवमासा - स्पिट्झ

फेल्प्स हा ऑलिंपिकमधला देवमासा आहे. पण त्याने ज्या देवमाशाला मागे टाकले, तोही त्याच्याच देशातला होता. त्याने केलेला पराक्रम आधी डोळ्यांखालून घालायला हवा; मग फेल्फचं महत्त्व आणि मोठेपण डोळ्यांसमोर जास्त उजळून येतं.

म्हणूनच तुम्हाला थोडं पुन्हा इतिहासात घेऊन जातो.

सन १९६८ चं मेक्सिको ऑलिंपिक्स! अठरा वर्षांचा तरतरीत मार्क्स स्पिट्झ स्वत:चं अन् अमेरिकेचं नाव रोशन करण्यासाठी मोठ्या उमेदीनं मेक्सिकोत आला... खिसे भरभरून पदकं घेऊन जाण्याची भाषा त्याच्या तोंडात होती... किमान सहा तरी पदकं आपल्या गळ्यात अडकवलेली आहेत, अशा थाटातच त्याचं वागणं होतं... त्याचं स्वत:बद्दलचं मूल्यमापन तसं अवाजवी नव्हतं. जाणकारांनाही त्याच्या घवघवीत यशाची खात्री होती... मेक्सिकोत पाऊल ठेवण्याआधी तीन जागतिक विक्रमांचा तो अधिपती बनला होता... 'जगातील आजतागायतचा सर्वश्रेष्ठ जलतरणपटू' असं मान्यवरांचं कौतुक डोक्यावर घेऊनच तो मेक्सिकोत आला होता. पण ते कौतुक त्याच्या डोक्यात शिरायला वेळ लागला नाही... त्याच्या वागण्याला अहंकाराचा दर्प येऊ लागला... त्यामुळे प्रेक्षकांच्या गळ्यातील ताईत बनण्याऐवजी तो कुचेष्टेचा विषय बनला...

मेक्सिको ऑलिंपिक्समध्ये त्याचं गर्वहरण झालं. शंभर मीटर्स

मार्क्स स्पिट्झ - पहिला देवमासा

बटरफ्लायमध्ये रौप्य आणि शंभर मीटर्स फ्री स्टाईलमध्ये कांस्यपदक एवढीच मिळकत त्याच्या नावावर जमा झाली. अमेरिकेच्या अजिंक्य रिले संघात त्याचा समावेश असल्याने दोन सुवर्णपदकं त्याच्या नावावर लागली, परंतु त्यात व्यक्तिगत यशाचा भाग कमी होता... अहंकारी वागण्याने पुन्हा प्रेक्षकांची खप्पा मर्जी ओढवून घेतली होतीच.

एकदा तर अमेरिकन युवतीची मुलाखत चालली असताना मार्क स्पिट्झची शर्यत सुरू होती. पण त्यांचं लक्ष होतं मार्क्स स्पिटझ्वर. मुलाखत सुरू असतानाच त्यांनी त्या वार्ताहराला विचारलं. "मार्क्सचं काय झालं?" आणि "तो शेवटी आला." असं उत्तर मिळाल्यावर त्यांची कळी खुलली. त्यांना हसू

आलं. ही त्याची स्वकीयांत 'लोकप्रियता', तर इतरांनी त्याची केवढी हुर्यो उडविली असेल!

नैराश्याने ग्रासलेल्या अवस्थेत मार्क्स स्पिट्झ स्वदेशी परतला... एवढ्या वर्षांची आटोकाट मेहनत अक्षरश: 'पाण्यात' गेली होती. पाणी कापण्यासाठी त्याने मिशाही वाढवल्या होत्या! कॅलिफोर्नियाच्या मार्क्स स्पिट्झने वयाच्या आठव्या वर्षापासूनच स्विमिंगपूल हे दुसरं घर मानलं होतं... त्या वयातसुद्धा २-२ तास तो पाण्यात सराव करण्यात घालवायचा. वयाच्या अवघ्या १४ व्या वर्षी त्याने अमेरिकन राष्ट्रीय स्पर्धेत आपला ठसा उमटविण्यास सुरुवात केली होती आणि नंतर अवघ्या ४ वर्षांत जलतरणाच्या इतिहासात सर्वोत्कृष्ट जलतरणपटू गणला जाण्याइतपत मजल मारली...

पण मेक्सिको ऑलिंपिक्सने त्याच्या सर्व आशा-आकांक्षांवर पाणी पडलं. एखादा खेळाडू असता तर म्हणाला असता, 'जाऊ देत, ऑलिंपिकमध्ये दोन सुवर्ण (सांघिक) आणि व्यक्तिगत रौप्य व ब्राँझ पदकं तर मिळाली... हात स्वर्गाला पोहोचले!' अनेक खेळाडू मोठ्या उमेदीने येतात आणि हात हलवत परत जातात; त्या मानाने पदक मिळालेला खेळाडू म्हणजे केवढा तरी सुदैवी! पण लहानसहान महत्त्वाकांक्षा बाळगणाऱ्यांतला मार्क्स स्पिट्झ नव्हता. आकाशाला गवसणी घालण्याची त्याची महत्त्वाकांक्षा होती. त्यामुळे पहिल्या अपयशाने तो खचला नाही; उलट अपयशातूनच जबरदस्त जिद्द फुलली आणि त्यातून जे उभं राहिलं, त्याने संपूर्ण क्रीडाजगताला अवाक् केलं... संपूर्ण भारताला जे आजपर्यंत ऑलिंपिकमध्ये जमलं नाही, ते मार्क्स स्पिट्झने एका ऑलिंपिकमध्ये एकट्याने केलं!

प्रचंड आत्मविश्वास

खरं म्हणजे, जेव्हा तो म्युनिच ऑलिंपिकसाठी आला; तेव्हा काळ चार वर्षांनी पुढे सरकला होता. ऑलिंपिक खेळाडूच्या आयुष्यात चार वर्षांचा काळ फार मोठा काळ असतो. चार वर्षं फॉर्म टिकवायचा, शारीरिक तंदुरुस्ती राखायची आणि चार वर्षांनी जगाच्या कोनाकोपऱ्यांतून येणाऱ्या नव्या दमाच्या खेळाडूंशी सामना करायचा. त्यासाठी सर्वश्रेष्ठ कौशल्य, प्रचंड आत्मविश्वास लागतो आणि पदार्पणातील अनपेक्षित अपयशाची कडू चव जिभेवर रेंगाळत असेल, तर असामान्य मानसिक तयारीसुद्धा लागते. पूर्वीच्या अपयशाची टोचणी तर मार्क्स स्पिट्झला सतत लागून राहिलेली होती. तो स्वत:च म्हणतो, "मेक्सिको

ऑलिंपिक्सनंतर मी खूपच घाम गाळला. जर पुन्हा मेक्सिकोची पुनरावृत्ती येथे घडली तर...''

तर, एकंदरीत अशा मानसिक अवस्थेत मार्क्स स्पिट्झ म्युनिचला येऊन थडकला.

त्याच्या अपयशाची सावली मात्र त्याच्या लौकिकावर पडली नव्हती. छोट्या पल्ल्यांच्या शर्यतींतला 'सर्वोत्कृष्ट जलतरणपटू' हा त्याचा लौकिक अबाधित होता. स्पिट्झचा अहंकार मात्र उतरला होता. मार्क्स स्पिट्झ पूर्णपणे जमिनीवर उभा होता. हवेतलं तरंगणं संपलं होतं. पुन्हा याही वेळी समीक्षक आणि जाणकारांनी मार्क्स स्पिट्झकडून सात सुवर्णपदकांची आशा बाळगली होती आणि मार्क्स स्पिट्झने या वेळी ती जिंकण्यात अजिबात कसूर केली नाही.

त्याची सर्वांत पहिली अंतिम शर्यत होती २०० मीटर्स बटरफ्लायची. त्याच्या दृष्टीने सर्वांत सोप्पी शर्यत. पाणी कापत जाणाऱ्या डॉल्फिनप्रमाणे तो एका टोकापासून दुसऱ्या टोकापर्यंत गेला. फक्त २ मिनिटे आणि ०.७ सेकंदांत ऑलिंपिक रेकॉर्डपेक्षा ५.९ सेकंद लवकर पोहोचणाऱ्या स्पिट्झने नजीकच्या प्रतिस्पर्ध्याला दोन सेकंदांनी हरवलं. नंतर फ्रीस्टाईल रिले शर्यतीत अमेरिकेला सुवर्णपदक मिळवून देणाऱ्या संघात त्याने सिंहाचा वाटा उचलला.

कडवी झुंज

त्यानंतर बरोबर चोवीस तासांनी त्याने तिसऱ्या सुवर्णपदकावर हक्क प्रस्थापित केला. पण त्यासाठी कडवी वगैरे म्हणतात, तशी झुंज द्यावी लागली. शर्यत होती २०० मीटर्स फ्रीस्टाईलची. 'स्टीव्ह जेन्टर' हा त्याचाच देशबंधू १०० मीटर्सनंतर स्पिट्झला मागे टाकून पुढे सरसावला आणि जवळजवळ शेवटपर्यंत तो आघाडी टिकवून होता. प्रेक्षक बेभान होऊन पाहत होते. 'काय चाललंय तरी काय?'... 'स्पिट्झला फक्त रौप्यपदकावर समाधान मानावं लागणार की काय?'...पण डोळ्याचं पात लवतं न लवतं तोच स्पिट्झने प्रचंड मुसंडी मारली आणि सुवर्णपदक अक्षरश: खेचून घेतलं. पुन्हा नवा विक्रम! त्याने जागतिक विक्रम ०.७ सेकंदाने आणि ऑलिंपिक विक्रम तब्बल २.४ सेकंदांनी इतिहासजमा केला. दोनशे मीटर्सचं अंतर त्याने फक्त १ मिनिट आणि ५२.७८ सेकंदांत कापलं होतं.

त्यानंतर तर पाण्यात उतरल्यावर त्याला सोनं गवसत होतं आणि शिशिरातल्या सोसाट्यात झाडाची वाळलेली पानं पडावीत, तसे जागतिक विक्रम कोसळत

होते. अठ्ठेचाळीस तासांनंतर मार्क्स स्पिट्झने दोन सुवर्णपदकांवर पुन्हा कब्जा केला. त्याने १०० मीटर्स बटरफ्लाय शर्यत ५२.२७ सेकंदांत निकालात काढली. रौप्यपदक मिळवलेल्या कॅनडाच्या ब्रूस रॉबर्टसनवर १.५ सेकंदाने त्याने मात केली होती. डेबी मेयर ह्या त्याच्याच देशवासीयाची जलतरण स्पर्धेत तीन व्यक्तिगत सुवर्णपदकं मिळवणाऱ्या व मेक्सिकोत केलेल्या विक्रमवीराची बरोबरी त्याने याच वेळी केली. ताबडतोब २०० मीटर्स फ्रीस्टाईल रिलेच्या अमेरिकन संघातून शर्यत लढवून पाचवं सुवर्णपदक खिशात घातलं. पुन्हा एकदा जागतिक विक्रमाचा चक्काचूर. ह्या वेळी चक्क ७.५ सेकंदांनी...!!

जागतिक विक्रमाचा चक्काचूर

आता मार्क्स स्पिट्झच्या खजिन्यात पाच सुवर्णपदकं लखलखत होती आणि इथेच त्याची यशोगाथा संपणार की काय, अशी काळजी वाटायला लागली, कारण पाठीच्या दुखण्याने त्याला ग्रासलं. परंतु नंतर फक्त दोन दिवसांत त्याच्या मजबूत खांद्यांच्या आधाराने एखाद्या टोर्पेडोप्रमाणे त्याने १०० मीटर्स अंतर फ्रीस्टाईल पद्धतीने फक्त ५१.२२ सेकंदांत पालथं घातलं. पुन्हा ०.३ सेकंदाने जागतिक विक्रमाचा लचका तोडण्यात आला होता.

आता जलतरण स्पर्धेतली शेवटची शर्यत शिल्लक होती आणि त्याचा काय निकाल असणार, ह्याची सर्व जगाला खात्री होती. बटरफ्लाय प्रकारातली ४ बाय १०० मीटर्सची रिले शर्यत म्हणजे अमेरिकेचा त्यावर जवळजवळ परंपरागत हक्क आणि या वेळी त्या संघात तोपर्यंत सहा सुवर्णपदकं मिरवणारा अजिंक्य मार्क्स स्पिट्झ!

काय होणार? मार्क्स स्पिट्झच्या खात्यावर सातवं सुवर्णपदक लागलं... आणि पुन्हा एकदा जागतिक विक्रम तुटला! तोपर्यंत मार्क्स स्पिट्झने जागतिक विक्रम तोडणे, ही अगदी क्षुल्लक गोष्ट करून टाकली होती. त्याचं अप्रूपही वाटेनासं झालं होतं!

मार्क्स स्पिट्झची महत्त्वाकांक्षा पूर्ण झाली होती. जे स्वप्न त्याने अगदी लहानपणापासून पाहिलं, ते म्युनिचला साकार झालं. त्याचा कोच शार्म चाव्हून म्हणाला, " He did a pretty good job for a guy, who was supposed to choke."

त्या दिवशी मार्क्स स्पिट्झला डोक्यावरचा प्रचंड भार कमी झाल्याची जाणीव झाली असणार. त्याने निवृत्तीचा निर्णय ताबडतोब घेतला– अवघ्या

वयाच्या बाविसाव्या वर्षी! काही खेळाडूंच्या कारकिर्दीची तेव्हा नुकतीच कुठे पहाट फुलत असते. हा आपला त्या वेळी सर्व विक्रम वगैरे पायदळी तुडवून मोकळा.

आपला सुवर्ण'गल्ला' जमवून झाल्यावर त्याने प्रेस कॉन्फरन्स घेतली. ''माझं स्पर्धात्मक स्विमिंग काल रात्रीच मी संपवलं; आता मला फक्त 'एन्जॉय' करायचंय आणि उरलेले खेळ समाधानाने पाहायचेत.'' पण उरलेले खेळ समाधानाने पाहणं वगैरे त्याच्या नशिबात लिहिलेलं नव्हतं. कारण तोपर्यंत म्युनिच ऑलिंपिक्स 'रक्तरंजित' वगैरे झालं होतं. आठ अरब दहशतवाद्यांनी 'ऑलिंपिक व्हिलेज'मध्ये धुमाकूळ घातला. 'ऑलिंपिक स्पिरिट' वगैरे धाब्यावर बसवून इस्रायली संघातील दोन खेळाडूंना कंठस्नान घातलं आणि नऊ जणांना ओलीस ठेवण्यात आलं. पुढे पोलीस आणि दहशतवाद्यांच्या चकमकीत त्या ओलिसांचीही आहुती पडली. मार्क्स स्पिट्झ ज्यू होता. त्याच्या जिवाला धोका पोहोचण्याची शक्यता होती, म्हणून त्याला अमेरिकेला परत पाठवण्यात आलं. तिथे मार्क्स स्पिट्झ व्यावसायिक खेळाडू बनला आणि ऑलिंपिक्सला त्याने रामराम ठोकला.

पण ह्यापुढे जेव्हा जेव्हा म्युनिच ऑलिंपिक्सच्या आठवणी चाळवल्या जातील, तेव्हा 'मार्क्स स्पिट्झचं ऑलिंपिक्स' असं त्याचं वर्णन होईल.

मात्र, त्या वेळी मार्क्स स्पिट्झला कल्पना नव्हती की, नवा देवमासा त्याच्याच देशात जन्म घेईल आणि त्याच्या विक्रमाच्या कानाला धरून बाहेर काढेल.

म्हणूनच, कधी पुढच्या पिढीला कमी लेखायचं नसतं आणि म्हणूनच विक्रम हे क्षणभंगूर ठरतात.

☐☐

२३. जेव्हा विक्रमच गोठतात!

'Faster, Higher and Stronger' हे ऑलिम्पिक्सचे ध्येय आहे. आपणही हे ध्येय डोळ्यांसमोर ठेवून ऑलिम्पिक्समध्ये उतरतो. आपणही प्रगती करतो. पण, क्रिकेट सोडून इतर खेळांकडे आपली क्रीडासंस्कृती सावत्र भावंडांप्रमाणे पाहावं तशी पाहत असते. त्यामुळे प्रगती हळूहळू होते. देशाने चार पदकं जिंकणं, हे आपल्यासाठी इतिहास घडणे असते. कारण, विठ्ठलाबद्दल बोलताना जसं आपण म्हणतो— 'युगे अठ्ठावीस विटेवर उभा', तसे आपण हॉकीच्या एका मेडलवर २८ युगे उभे होतो. सन १९५२ मध्ये २१ सत्यनारायण घालावेत, अशी आपली कामगिरी होती. आपण दोन पदकं जिंकली. हॉकीच्या सुवर्णाबरोबर खाशाबा जाधवांच्या कुस्तीमधल्या कांस्यपदकाचा त्यात समावेश होता. नंतर पुन्हा बऱ्याचदा पाटी कोरी होती, कारण हॉकीतलं आपलं राज्य खालसा झालं. आज ते नुसतं खालसा नाही, आपण पाताळात ढकलले गेलोय. बरं, कुणी हॉकीतला वामन येऊन पाताळात ढकलतो, असं नाही; तर बेल्जियम, कोरिया— कुणीही येऊन ढकलतात. उद्या ब्रुनयी, कॅमेरून, ग्वांटेमालाने ढकललं तरी मला आश्चर्य वाटणार नाही. वर आपल्याकडे त्याचं संस्कृतीचं कारण असेल.

शतक बदलल्यानंतर आपण उड्डाण केलं. पण, हे उड्डाण चिमणीचं होतं; गरुडाचं नाही. चीन, कोरियाच्या उड्डाणाला गरुडाचं उड्डाण म्हणतात. परवा

यांचे विक्रम दीर्घकाळ अबादीत आहे.

मला कुणी तरी साधं स्टॅटिस्टिक्स सांगितलं. फेल्प्सकडे आता त्याची तीन ऑलिम्पिक्स मिळून २२ पदकं आहेत. त्यांतली तब्बल १९ सुवर्ण आहेत. जगातल्या सर्व देशांची त्यांच्या इतिहासातील पदकं एकत्र केली आणि त्या देशांचा क्रम लावला, तर एकटा फेल्प्स हा ५७ व्या क्रमांकावर येतो. म्हणजे फेल्प्स हा देश असता, तर तो ५७ वा आला असता. आपला क्रमांक कुठला, हे मी ही आकडेवारी सांगणाऱ्या त्या मित्राला विचारलं नाही. ग्लासातली वाईन आणि ताटातला प्लेस मासा सायना नेहवालच्या कौतुकासाठी उंचावत संपवला. कारण 'कांस्यपदक' हे आपल्याकडे मिरवणुकीचं कर्तृत्व आहे. काही देशांत ते अश्रू ढाळण्याचं असतं. गोऱ्या देशांत लोकांना 'सूर्याच्या उन्हात बसून टॅन्ड' (Tanned) व्हायला आवडतं. पण, हे टॅन्ड पदक आवडत नाही.

असो. भारत जाऊ देत; पण जागतिक स्तरावर हे ॲथलिट विक्रमाच्या दृष्टीने किती उंची गाठू शकतात, हा एक गहन चर्चेचा विषय आहे आणि एखाद्या परफॉर्मन्सने तो उसळून येतो. उदा.– ह्या लंडन ऑलिम्पिक्समध्ये चीनच्या १६ वर्षांच्या ये शिविनने ४०० मीटर्स जलतरण मिडलेमध्ये सुवर्णपदक

**फ्लॉरेन्स ग्रिफिथ जॉयनर
यांचे विक्रम दीर्घकाळ अबादीत आहे.**

जिंकताना तिच्या वैयक्तिक विक्रमातले पाच सेकंद कमी केले. जिथे सेकंदाच्या शतांशाला किंमत आहे, तिथे पाच सेकंद म्हणजे किती झाले, ह्याचा विचार करा. अनेक तज्ज्ञांनी आपले डोळे चोळले. कारण, शेवटचे पन्नास मीटर ती अमेरिकेच्या लॉकटीपेक्षा वेगात पोहली. तिला 'विकर सेक्स' का म्हणावं? तज्ज्ञांना त्यामुळे ड्रग्जचा संशय आला आणि मग पुन्हा एकदा प्रश्न ऐरणीवर आला, 'मानवी ताकद विक्रमाचा किती लचका तोडू शकते?' विक्रमाची तोडफोड आणखीन किती वर्षे चालणार? खरं तर तीन-चार वर्षांपूर्वी उसेन बोल्टने साधारण असाच पराक्रम केला होता. बीजिंग ऑलिम्पिक्समध्ये तो १०० मीटर्स ९.६९ सेकंदांत धावला होता. त्यानंतर एका वर्षाने बर्लिनला जागतिक चॅम्पियनशिपमध्ये तो विक्रम त्याने एक-दशांशपेक्षा जास्त सेकंदाने मोडला. हे असं दहा वर्षांनी घडत होतं आणि त्या आधी शंभर मीटर्सच्या शर्यतीत १० सेकंदांची भिंत कोसळली होती, ३० वर्षांपूर्वी!

म्हणून प्रश्न निर्माण होतो– माणसाचं शरीर जास्तीत जास्त किती वेगात धावू शकतं? आता ड्रग्जची टेस्ट अत्यंत काटेकोरपणे होते. त्यामुळे औषधांचा फायदा उठवता येत नाही. सन १९६५ ते १९९० च्या काळात त्याचा फायदा उठवला गेला असेलही, पण आता ते कठीण आहे. मात्र १०० मीटर्सचा हा प्रवास कधी तरी मानव नऊ सेकंदांच्या आत पूर्ण करेल का? ह्या प्रश्नांचे उत्तर आज देणं कठीण आहे. हा 'प्रवास' ९.४६ सेकंदांत कसा होऊ शकतो, ह्याचं गणित मी याच स्तंभातून मांडलं होतं. अर्थात, ते एका केंब्रिजच्या प्राध्यापकाचं गणित होतं; माझं नाही. पण, ह्यापुढे नाही. खेळांच्या स्पर्धांमध्ये तरी विक्रम मोडले जाणं कठीण आहे. सन १९६८ च्या मेक्सिको ऑलिम्पिक्समध्ये बॉबमनने एक हनुमान उडी मारली होती— ८.९० मीटर्सची उडी! बिमनही स्वत: वेडावला होता. अर्थात, त्याला मेक्सिको हे शहर समुद्रसपाटीपासून वर असल्याचा आणि वाऱ्याचा फायदा झाला होता. त्यानंतर हा विक्रम १९९१ मध्ये माईक पॉवेलने मोडला, पण त्याचा विक्रम आजही मोडला गेलेला नाही. काही विक्रम हे 'गोठवले' गेले आहेत, असं वाटतं. त्यांतला एक म्हणजे १०० मीटर्स स्प्रिन्टचा विक्रम. अर्थात, महिलांचा!

अमेरिकेच्या फ्लॉरेन्स ग्रिफिथ जॉयनरने जुलै १९८८ मध्ये १०० मीटर्सचा प्रवास १०.४९ सेकंदांत केला. त्यानंतर कुठलीही बाई या विक्रमाच्या जवळही आलेली नाही. लंडनमध्ये अमेरिकेच्या शेली-ॲन-फ्रेझर-प्राईसने सुवर्णपदक मिळवताना हे अंतर १०.७५ सेकंदांत पार केले. (आपल्याला तिच्या नावाचा उच्चार करायलाही त्यापेक्षा जास्त वेळ लागेल.) तीच कथा महिला मॅरेथॉनची आहे. पॉला रॅडक्लीफ ही मॅरेथॉन ९ वर्षांपूर्वी २:१५.२५ सेकंदांत धावली. या वेळी इथिओपियाची ट्रेसी २:२३.७ सेकंदांत धावली. हे विक्रम अजूनही अबाधित राहतील, असं वाटतं.

◻◻

२४. ...तर रेकॉर्डला अंत नाही!

पदकांच्या तक्त्यावर नजर टाकली की, अमेरिका-चीनमधली स्पर्धा चट्‌कन नजरेत भरते. दोन्ही देश क्षेत्रफळाच्या बाबतीत प्रचंड. चीन लोकसंख्येच्या बाबतीत सर्वांत प्रबळ. अमेरिका सर्वांत श्रीमंत. मी ह्याच स्तंभातून सुरुवातीला म्हटलं होतं की, पदकांची संख्या ही देशाची श्रीमंती, लोकसंख्या आणि राज्यप्रणाली ह्यावर मोठ्या प्रमाणावर अवलंबून असते. देश जेवढा श्रीमंत, तेवढ्या सुविधा जास्त. लोकसंख्या जेवढी मोठी, तेवढा खेळाडूंचा समुद्र मोठा. चीनकडे तर पॅसिफिकच आहे आणि राज्यप्रणाली महत्त्वाची. कारण, साम्यवादी देशांमध्ये खेळाडूंना त्यांचं मत नसतं. त्यांनी काय करायचं, ते सरकार ठरवतं. तर, यशाचा बॅरोमीटर हा त्या गोष्टीवर अवलंबून असतो.

ह्या पदकांच्या यादीत ग्रेट ब्रिटनचं नाव आज तिसऱ्या क्रमांकावर आहे. हा त्यांच्यासाठी सुखद धक्का आहे. ह्याला मी निव्वळ 'होम ॲडव्हान्टेज' म्हणणार नाही. पुढचं ऑलिम्पिक भारतात भरवलं, म्हणून भारताचा क्रमांक तिसरा येईल का? ब्रिटन हा आपल्यासारखा ऑलिम्पिक्समध्ये काठावर पास होणारा विद्यार्थी नव्हता, तो हुशार होता; पण त्याची मेरिट लिस्ट हुकायची. त्यांनी आपली स्पोर्ट्‌स पॉलिसी सुधारली आणि त्याचबरोबर घरचं अंगण लाभल्याने त्यांचा फायदा झाला. पण ह्या पार्श्वभूमीवर रशिया आणि जर्मनीचा परफॉर्मन्स— खरं तर 'दुर्परफॉर्मन्स' नजरेला विचित्र वाटतोय. सन १९७० ते १९८० च्या

काळात रशिया— सॉरी, त्या वेळी सोव्हिएत देश— टॉपवर असे. त्यानंतर काही वेळा पूर्व जर्मनी असे, मग अमेरिका वगैरे! ऑलिम्पिक पदकांची शर्यत ही अण्वस्त्रांच्या शर्यतीसारखी झाली होती. साम्यवादी सोव्हिएत देश आणि त्यांच्या मांडलिकांसाठी ऑलिंपिक्सचं मैदान ही शस्त्र नसलेली युद्धभूमी होती. इथे गोळीबार ऐकू यायचा, तो फक्त शर्यत सुरू करण्यासाठी; पण तरी ऑलिम्पिक हा अहिंसक सांस्कृतिक मेळावा नव्हता, ते अहिंसक युद्ध होतं. पूर्व युरोपातला साम्यवादाचा पोलादी पडदा पडला. रशियाचे तुकडे झाले. पूर्व जर्मनी जर्मनीला मिळाली आणि हे दोन्ही देश खेळांमधले सुपरपॉवर राहिले नाहीत. साम्यवाद गेल्यावर 'जबरदस्ती' संपली. खेळाडू तयार करण्याच्या प्रक्रियेला जे कारखान्याचं स्वरूप होतं, ते गेलं आणि मुख्य म्हणजे, 'डोपिंग' कमी झालं. सन १९७६ आणि १९८० च्या ऑलिम्पिक्समधल्या जागतिक विक्रमांवर डोपिंगचं सावट आहे. हा केवळ भांडवलशाही देशांचा कांगावा नाही; पण आज त्यावर विश्वास ठेवावा, अशी परिस्थिती आहे.

त्या काळातली डोपिंगची उदाहरणं काही कमी नाहीत. व्हेनेझुएलाचा पेद्रो टॉरेस आणि कोलंबियाचा जेव्हियर जिमेनेस ह्या दोन वेटलिफ्टर्सनी ॲनॅबॉलिक स्टिरॉईड्स घेतली होती, असं चाचणीत सिद्ध झालं. कशासाठी, ठाऊक आहे? त्यांच्या स्नायूंची ताकद वाढवण्यासाठी!

व्हेनेझुएलाच्या बर्नार्डो ओकॅन्डो ह्या पिस्तुल-शूटरने त्याच्या हृदयाचे ठोके नेहमीपेक्षा कमी वेगाने पडण्यासाठी औषधं घेतली होती. कारण एकच— नेम धरताना त्याचं ट्रिगरवरचं बोट स्थिर राहावं.

निकाराग्वाच्या ओरलॅन्डो ह्या वेटलिफ्टरने एका स्पर्धेच्या वेळी चक्क डाययुरेटिक (लघवी होणारं औषध) घेतल्याचं चाचणीत आढळलं होतं. त्याला स्पर्धेपूर्वी थोडं वजन कमी करून खालच्या गटात मर्दुमकी गाजवायची होती.

ही अधर्माने जिंकण्याची वृत्ती काही फक्त विशिष्ट खेळाडूंतच आढळते, असं नाही. काही वेळा संघटनेचा, प्रशिक्षकाचा आशीर्वादही त्याला लाभतो. आणि तो फक्त साम्यवादी राष्ट्रांतच होता, असं नाही; पाश्चिमात्य जगातही होता. पूर्वी एकदा इंग्लंडच्या एका पत्रकाराने एका शाळेच्या कोचची लबाडी उघडकीस आणली होती. ॲथलेटिक्स स्पर्धेत शाळेला जास्तीत जास्त पदकं मिळावीत, म्हणून मुलांना उत्तेजक औषधांच्या सेवनाचे धडेही त्या कोचने दिले होते.

फ्रान्सच्या एका राष्ट्रीय प्रशिक्षकाला राजीनामा द्यावा लागला. सोल ऑलिंपिकसाठी ॲथलिट्सना प्रशिक्षण द्यायची जबाबदारी त्याच्यावर सोपवण्यात आली होती. पण त्यानेही ॲथलिट्सना डोपिंगची दीक्षा दिली, असा आरोप खिस्तिन लार्ज आणि लिलीएन मेनिसर ह्या दोन महिला ॲथलिट्सनी त्याच्यावर केला.

एक शाळेचा कोच, तर दुसरा एका राष्ट्राचा! ह्या डोपिंगची मुळं किती खोलवर पसरायला लागली आहेत, ह्याची ह्यावरून कल्पना येते.

आज डोपिंगच्या चाचण्या घेतल्या जातात. चाचणीत गुन्हा सिद्ध झाला, तर मिळालेल्या पदकावरही पाणी सोडावं लागतं. पुढच्या ऑलिपिंक्समध्ये भाग घेता येत नाही. तरीही काही खेळाडूंना आणि त्यांच्या कोचना उत्तेजक द्रव्यांचा मोह सोडवत नाही. ह्या ड्रग्जनी काही खेळाडूंचा प्राणही घेतलाय. तरीही जिंकण्याची ईर्षा इतकी जबरदस्त असते की, सर्व धोके पत्करून ह्या औषधांचं सेवन करताना त्यांचे हात थरथरत नाहीत. उलट, नव्या युक्त्या लढवल्या जाताहेत. डोळ्यांत धूळ टाकण्याचे नवे प्रकार शोधले जाताहेत.

'ब्लड-डोपिंग'चा जन्मही त्यातूनच झालाय. मॉंट्रियलला १९७६ मध्ये पावोनुर्मीच्या पावलावर पाऊल ठेवणाऱ्या फिनलंडच्या लॅसे विरेनवर ब्लड-डोपिंगचा आरोप ठेवला गेला होता, पण त्याने कानांवर हात ठेवले. फिनलंडचाच मार्टी वैनियो मात्र तेवढा नशीबवान नव्हता. लॉस एंजलिसमधे त्याच्यावरचा

ब्लड-डोपिंगचा आरोप सिद्ध झाला. त्याच्याकडून रजतपदक ओरबाडून घेण्यात आलं.

ब्लड-डोपिंगमध्ये खेळाडूच्या अंगातलं थोडं रक्त काढलं जातं, ते गोठवलं जातं आणि एकदा शरीरातून काढलेल्या रक्ताची झीज भरून निघाली की, ते गोठलेलं रक्त पुन्हा शरीरात सोडलं जातं. त्यामुळे शरीरातल्या तांबड्या पेशींचं प्रमाण वाढतं आणि त्यामुळे स्टॅमिना वाढतो, सहनशक्ती वाढते. मध्यम आणि दूर पल्ल्याच्या शर्यतीत भाग घेणारे खेळाडू किंवा सायकलपटू ह्याचा जास्त उपयोग करतात. 'बल्ड-डोपिंग'नंतर पडणारा फरक मोठा असतो. क्रीडाशास्त्रज्ञच म्हणतात, डोपिंगमुळे दोन मिनिटांचाही फरक पडू शकतो. आणि दोन मिनिटांत रौप्यपदकावरून सुवर्णपदकावर उडी मारणं कठीण नसतं.

गंमत अशी आहे की, ब्लड-डोपिंगचा शोध घेणं कठीण असतं. इतर चाचण्यांप्रमाणे ही चाचणी तेवढी सोपी नाही. बोबर्गलँड ह्या स्वीडनच्या शास्त्रज्ञाने ब्लड-डोपिंग शोधण्याची चाचणी काही वर्षांपूर्वी शोधून काढलीय. स्पर्धेनंतर खेळाडूचं रक्त घ्यायचं आणि दुसरं सँपल दहा दिवसांनंतर घ्यायचं; मग त्यातलं हिमोग्लोबिनचं प्रमाण पाहून निदान करायचं. अशी ती थोडक्यात चाचणी आहे. पण इतर चाचण्यांपेक्षा ती जास्त गुंतागुंतीची असल्यामुळे आजही ह्या चाचणीचा उपयोग फारसा होत नाही.

डोपिंग हा नक्कीच खेळाला लागलेला कलंक आहे. खेळ जास्तीत जास्त निष्कलंक करण्यासाठी डोपिंग करणाऱ्या खेळाडूंना आजच्यापेक्षा कडक शिक्षा करण्याचे प्रस्ताव नेहमीच मांडले जातात. पण निव्वळ कडक शिक्षेने डोपिंगचं पूर्ण उच्चाटन होऊ शकत नाही. फाशीची शिक्षा अस्तित्वात आणली तरी मुडदे पडायचे थांबत नाही, तसंच हे आहे. जिथे खेळाडूंबरोबर त्यांचे गुरू, त्यांच्या संघटना भ्रष्ट आहेत— जिथे शाळेतल्या छोट्या पोरांना ही कीड ग्रासायला लागली आहे; तिथे डोपिंगचं उच्चाटन किती कठीण आहे, ह्याची कल्पना येते. मनुष्यस्वभावच त्याला जबाबदार आहे. ह्या दुनियेत स्वतःचं सुवर्णपदक धोक्यात घालून जेसी ओवेन्सला मदत करणारा लिझ लाँग एखाद दुसरा असतो. पण दुसऱ्याला फसवणारे पेद्रो टॉरेस किंवा बर्नार्डो ऑकेन्डोसारखे ॲथलिट खंडीभर सापडतात.

उद्या कदाचित अशक्य वाटणाऱ्या विक्रमाच्या भिंती भुईसपाट होतील आणि प्रत्येक कोसळणाऱ्या भिंतीमागे कुठे तरी संशयाची पाल चुकचुकेल. तो संशय असेल डोपिंगचा— कृत्रिम शक्तीच्या घेतलेल्या मदतीचा. आणि मग

त्यामुळे त्या विक्रमांची शानच निघून जाईल.

विक्रमांची अशी अनंत उदाहरणं आहेत. त्यातलं एक सांगतो. पुरुषांच्या थाळीफेकीत पूर्व जर्मनीच्या जर्गर गुल्टचा विक्रम त्या सत्तरीच्या दशकात होता ७४.०८ मीटर्सचा. ह्या वेळी लंडन ऑलिपिक्समध्ये जर्मनीच्याच हार्टिंगने ६८.२७ मीटर्स फेकून सुवर्णपदक मिळवलं. आज पस्तीस वर्षांनीसुद्धा त्या विक्रमाच्या जवळ जर्मनीतलाच कुणी का जात नाही? संशयाचं बोट हे डोपिंगकडे जातं. त्या काळात खेळाडूने ड्रग घेतलंय की नाही, हे तपासण्याच्या तपासण्या आजच्या एवढ्या प्रगल्भ नव्हत्या आणि डोपिंग करणारे खेळाडू किंवा त्यांना डोपिंग करायला लावणारं 'सरकार' त्यांच्या पाच पावलं पुढे असे. त्या काळात रशिया आणि पूर्व जर्मनीने मिळवलेली पदकं फक्त आपल्याला दिसत; पण त्या ड्रग्जचे परिणाम भोगलेले खेळाडू— त्यांची यादी कुणी दिली नाही.

त्या काळात ड्रग्जने एका हाताने सुवर्णपदक खेळाडूंना दिलं असेल; पण दुसऱ्या हाताने स्वास्थ्य आणि काही वेळा आयुष्य काढून घेतलंय. आज सातत्याने स्पर्धेच्या बाहेर टेस्टिंग होतं. त्यामुळे डोपिंगच्या केसेस जास्त दिसत नाहीत आणि त्याचबरोबर काही जागतिक विक्रमही 'गोठवले' गेले आहेत. अर्थात, विक्रम हे 'सुधारतच' राहणार. खाद्य पदार्थ, कपडे, किट ह्या सर्व गोष्टींत सुधारणा झाली. तशीच स्पर्धेत भाग घेणाऱ्यांची संख्याही वाढली. शंभर वर्षांपूर्वी जगाची लोकसंख्या १८० कोटी होती, आज ७०० कोटी आहे. पूर्वी ॲथलेटिक्स गुणवत्ता अमेरिका आणि युरोपातून यायची. आता चीन, कोरिया वगैरे देशांबरोबर जमैका, केनिया, इथिओपिया वगैरे देशही पदकं मिळवण्यात आणि मोठे खेळाडू निर्माण करण्यात आहेत. बहामासारख्या बेटानेही काल अमेरिकेकडून ४ बाय ४०० मीटर्स रिलेमधलं सुवर्णपदक खेचून आणलं.

मध्यंतरी प्रा. जॉन ब्रुअर ह्या खेळातल्या शास्त्रज्ञाने एक संशोधन केलं. तो युनिव्हर्सिटी ऑफ बेडफोर्डशायरमध्ये प्राध्यापक आहे. तो म्हणतो, "ह्यापुढे विक्रम अत्यंत छोट्या मार्जिनने मोडले जातील. कुठलाही अन्मॉडिफाईड मानव १०० मीटर्स ८ सेकंदांत किंवा मॅरेथॉन ९० मिनिटांत धावणार नाही. काही स्पर्धांमध्ये महिलांनी अलीकडे भाग घ्यायला सुरुवात केली. ते विक्रम कदाचित लवकरात लवकर मोडले जातील.

चार वर्षांपूर्वी स्टॅनफोर्ड विद्यापीठात मानव आणि जनावरं ह्यांच्या शर्यतीच्या बाबतीत तुलना केली होती. कारण, माणसाप्रमाणेच कुत्रे आणि घोडे यांच्याही शर्यती असतात. त्यांना असं लक्षात आलं की, सत्तरीच्या दशकानंतरचे कुत्रे –

विशेषत: ग्रेहाऊंड जमातीचे आणि घोडे ह्यांचे विक्रम गोठवले गेले; पण मानव मात्र अजून पूर्वीपेक्षा वेगात धावतोय. त्या अभ्यासाचे सार असे होते की, मानव १०० मीटर्सची शर्यत कमीत कमी ९.४८ सेकंदांत जिंकू शकेल; पण प्रा. ब्रुअर हा जास्त आशावादी आहे. तो म्हणतो, ''मानव मॅरेथॉन नक्की दोन तासांपेक्षा कमी वेगात धावेल. कदाचित पुढच्या १०-१५ वर्षांत तसा मानव आपल्याला पाहायला मिळेल आणि १०० मीटर्स शर्यतीतील ९.५० सेकंदांची भिंत पार होईल; पण त्याला १०० वर्षे लागतील आणि ८०० मीटर्स ७.४० मिनिटांत पूर्ण व्हायला १० वर्षे लागतील.''

हे बदलू शकेल. उद्या जेनेटिक डोपिंग झालं, तर! काही प्राण्यांमध्ये त्यांची स्नायूंची ताकद आणि स्टॅमिना हे जेनेटिक डोपिंगने वाढवण्याचा प्रयोग झालाय. तो मानवावर झाला, तर मग रेकॉर्ड्सला अंत नाही!

॥ ॥

२५. ऑलिम्पिक्समधल्या प्रगतीला सलाम

थेम्सच्या किनाऱ्यावरचं ऑलिम्पिक्स रविवारी संपलं. इंग्लंडला ख्रिसमस संपल्यासारखं वाटलं असेल. मलाही या मालिकेतला शेवटचा लेख लिहिताना अजून बरंच काही लिहायचं राहिलंय, असं वाटत राहतं. कारण, ऑलिम्पिक्स हा समुद्र आहे— अगदी मोत्यांनी भरलेला समुद्र! त्यातले किती मोती काढणार? आपली झोळी नेहमीच छोटी वाटणार.

मला अनेक गोष्टींबद्दल लिहायचं होतं. त्यात गॅब्रिएला डग्लसवर लिहिणं राहून गेलं. माझ्या मते, तिने जिम्नॅस्टिक्समध्ये सुवर्णपदक मिळवून जिम्नॅस्टिक्समध्ये क्रांती केली. क्रांती का, तर ती अमेरिकन आहे म्हणून नाही; तर ती पहिली कृष्णवर्णीय जिम्नॅस्ट आहे, म्हणून! एके काळी जिम्नॅस्टिक्सची पदकं ही पूर्व युरोप किंवा कम्युनिस्ट युरोपची मिरास होती. मग चीन, कोरिया, जपानने त्यात प्रवेश केला. चीनचा चंचुप्रवेश हा मुसळप्रवेश झाला. रुमानियाच्या नादियाच्या मॉन्ट्रियलमधल्या यशाने, तिच्या डौलाने, तिच्या सौंदर्याने अमेरिका दिङ्मूढ झाली. त्यानंतर रुमानिया-अमेरिकेचे संबंध सुधारले. सन १९८४ च्या लॉस एंजलिस ऑलिम्पिक्सवर साम्यवादी युरोपीय देशांनी बहिष्कार टाकला. पण रुमानियाचे खेळाडू अमेरिकेत गेले होते. अमेरिकेने बेला कॅरोली ह्या नादियाच्या प्रशिक्षकाला आपल्याकडे खेचलं. पोलादी पडद्याकडून मुक्त देशात जायला त्या वेळी प्रत्येक जण तयार असे. त्यामुळे अमेरिकेत जिम्नॅस्टिक्सचं रोपटं वाढायला

गॅब्रिएला डग्लस पहिली कृष्णवर्णीय ऑलंपिक सुवर्णपदक विजेती जिमनॅस्ट

लागलं. मग पुढे-पुढे चिनी प्रशिक्षक आले.

आता अमेरिकेच्या संघाने जिम्नॅस्टिक्समध्ये तीन सुवर्णपदकं जिंकली. तरीही गॅब्रिएला ही पहिली कृष्णवर्णीय. तिने कृष्णवर्णीय मुलींना एक नवं स्वप्न दिलं. अमेरिकेला ट्रॅकवरची पदकं तिथले कृष्णवर्णीयच मिळवून देत असतात. त्यांची उंची, त्यांची ताकद, त्यांचे ते वेगाने आकुंचन पावणारे स्नायू- ह्याचा त्यांना फायदा होतो. पण जिम्नॅस्टिक्सला कमी उंची, कमी वजन, कृश शरीर ह्या गोष्टी लागतात. किंबहुना, पोलादी पडद्याच्या काळात साम्यवादी देशांत मुलींची वाढ खुंटवली गेली. मॉन्ट्रियलमधली १४ वर्षांची नादिया मॉस्को ऑलिम्पिक्समध्ये १८ वर्षांची झाल्यावर तिच्या हालचालींत तो डौल राहिला

नाही. तिच्या शरीरावर तारुण्याच्या खुणा दिसायला लागल्या. अमेरिकेत हे शरीर गोठवणं घडणार नाही. झालं, तर बभ्रा होईल.

गॅब्रिएलाने वयाच्या तिसऱ्या वर्षी कोलांट उडी मारली. त्यानंतर तिला स्वप्न पडलं ते जिम्नॅस्ट व्हायचं. तिच्या हालचालींत डौल आहे. तिची उंची ४ फूट ११ इंच. हे जिम्नॅस्टिक्ससाठी अत्यंत योग्य आहे आणि तिच्याकडे पाहिलं की— काळ्या वेताच्या छडीला नाक, डोळे लावून त्यात प्राण फुंकले आहेत, असं वाटतं. तिच्या गुणवत्तेला तिने प्रगतीची आणि त्यागाची जोड दिली. त्या वयात आईला सोडून राहणं किती कठीण असतं! जिभेवर कंट्रोल ठेवणं— तेही अमेरिकेसारख्या देशात, जिथे जगातलं प्रत्येक प्रकारचं अन्न मिळू शकतं— ह्याची कुणीही कल्पना करू शकतं. पण, त्यागाने तिला सुवर्णपदक मिळवून दिलंय आणि कृष्णवर्णीय चिमुरड्यांना एक नवा मार्ग सापडलाय— यशाचा.

गेल्या १९ दिवसांत आणखीन एका विषयाबद्दल लिहायचं राहिलं. तो विषय म्हणजे, टेनिस. टेनिसमधलं पुरुषांच्या एकेरीतलं सुवर्णपदक इंग्लंडच्या मरेनं जिंकलं आणि इंग्लंडचं टेनिस जिवंत झालं. इंग्लंडच्या टेनिस रसिकांसाठी हा 'ऑरगॅझम' होता. विम्बल्डनच्या विजेतेपदासाठी इंग्लंड वर्षानुवर्षे वाट पाहतंय, पण, त्यांच्या फ्रेड पेरीनंतर विजेतेपदाने त्यांच्याकडे वळून पाहिलेलं नाही. ह्या वेळी उताराला लागलाय, असं वाटणाऱ्या फेडररला मरे हरवेल, असं तमाम इंग्लंडला वाटत होतं. पण टेनिसचा देव हा स्वित्झर्लंडचा असावा. तो फेडररला प्रसन्न झाला. पण, ऑलिंपिक सुवर्णपदक मात्र फेडररऐवजी मरेला मिळालं. ही दोन देवांमध्ये झालेली मांडवली मानायची का? असली, तर मी इंग्लंडच्या बाबतीत म्हणेन, 'जो हौदसे गयी, वो ऑलिम्पिक गोल्ड के बूंद से नहीं आयी!' शेवटी ग्रँडस्लॅम ते ग्रँडस्लॅम!

टेनिस, फुटबॉल वगैरे खेळ हे ऑलिम्पिक्समध्ये सर्वोच्च पातळीवर नाही खेळले जात. फुटबॉलमध्ये तर फिफाने नियमच केला आहे की, २३ वर्षांवरील चार खेळाडू खेळवायचे आणि बाकी सर्व २३ वर्षांखालील! व्यावसायिक मुष्टियोद्धे (हेवीवेट गटातले) तरी कुठे ऑलिम्पिक्समध्ये रस घेतात? ज्या व्यावसायिक खेळात रग्गड पैसा आहे, तिथले खेळाडू ऑलिम्पिक्स पदकावर जीव ओवाळून टाकतात, असं दिसत नाही. आपले क्रिकेटपटूही कॉमनवेल्थ गेम्समध्ये जाऊन खेळले आहेत का? मी फेडररच्या पराभवाचं कारण देत नाही. पण, ह्या खेळाडूंचा ग्रँडस्लॅमचा ॲप्रोच व ऑलिम्पिक्सचा ॲप्रोच ह्यात फरक असतो. आणि हो, आपलं काय झालं? पेस, भूपती, बोपण्णा, सानिया मिर्झा

ही सर्व अर्ध्या हळकुंडांनी पिवळी झालेली मंडळी आहेत. एकेरीत एकाचीही कुवत तिसरी फेरी गाठायचीही नाही. दुहेरीत स्पर्धा नसल्यामुळे दादागिरी करतात. आपण उगाचच त्यांच्या जीवावर पदकाचं स्वप्न पाहत होतो. आपण ॲल्युमिनियमला चांदी समजत होतो. ते ॲल्युमिनियम २०१२ मध्ये उघडं पडलं. जे अस्सल होते, ते जिंकले. ते मूठभर असतील. पण, तरीही प्रगती आहे. त्या प्रगतीला सलाम!

॥

२६. लंडनमधील यश

लंडन ऑलिंपिक्सनंतर सुंदर मधुचंद्रानंतर जोडपं तृप्त व्हावं, तसं लंडन तृप्त झालं असावं.

ऑलिंपिकपूर्वीची धामधूम, मग टीका, नंतर सुरुवातीला सुवर्णपदकं न मिळाल्याची धाकधूक आणि मग सुवर्णपदकांच्या रूपाने सुखाची बरसात. एखाद्या सुखद मधुचंद्रासारखी ही कथा आहे. आर्थिक मंदीच्या काळात इंग्लंडने ऑलिम्पिकचं शिवधनुष्य व्यवस्थित उचललं आणि त्याला सुवर्ण प्रत्यंचा जोडली. ऑलिंपिक्सच्या काळात त्यांना आर्थिक ताण जाणवले. अपेक्षेप्रमाणे हॉटेल्स भरली नाहीत. लंडनचा ऑक्सफर्ड स्ट्रीट माणसांच्या पुराने दुथडी भरून वाहिला नाही. या काळात तिथे जे पर्यटक येतात, ते ऑलिम्पिकमुळे आले नाहीत आणि ऑलिंपिक्स म्हणून पाहायला आलेली मंडळी काही शॉपर्स नसतात. आता ऑलिपिंक्स संपल्यावर इंग्लंडला त्याचे चांगले-वाईट आर्थिक परिणाम जाणवायला लागतील. पण एक गोष्ट नक्की— जगात आणि क्रीडाजगतात इंग्लंड सध्या कॉलर ताठ करून फिरणार आणि त्याचा त्यांना हक्क आहे. दुसऱ्या महायुद्धानंतर त्यांना जागतिक स्तरावर मिळालेले हे सर्वांत मोठे यश आहे.

खेळ स्वत:च्या अंगणात भरविल्याने बऱ्याचदा फायदा होतो. सन २००८ मध्ये बीजिंगला झाला. त्या वेळी त्यांनी पदकांच्या उलाढालीत साक्षात अमेरिकेला मागे टाकले होते. आपण १९८२ मध्ये दिल्लीत एशियाड भरविलं, तेव्हा

एशियाडमध्ये आपण नेहमीपेक्षा जास्त पदकं मिळविली. भारतातील २०१० च्या राष्ट्रकुल स्पर्धेत आपण इंग्लंडला मागं टाकलं होतं. कॅनडा हा तसा अभागी देश आहे— ज्याने मॉंट्रियलला ऑलिम्पिक्स भरवलं आणि त्यांना त्या वेळी एकही सुवर्णपदक मिळालं नाही. घरचं वातावरण, घरचे प्रेक्षक, त्यांचा पाठिंबा याचा बऱ्याचदा फायदा होतो. पण या वेळी इंग्लंडने जॅकपॉट जिंकला. प्रगतीचा आलेख पाहा– १९९६ मध्ये फक्त एक सुवर्णपदक, २००० मध्ये १० सुवर्ण, मग २००४ मध्ये ११, २००८ मध्ये १९ आणि आता थेट २९ सुवर्ण, १६ रौप्य आणि १९ कांस्य. यादीत तिसरा क्रमांक चक्क रशियाच्यावर! असं सोनं महम्मद गझनीनेसुद्धा सोमनाथ लुटताना लुटले नव्हते. ही लूट नव्हती, हे जिंकणं होतं.

दुसरी गोष्टी म्हणजे, हा फक्त स्वत:च्या अंगणात खेळण्याचा परिणाम नव्हता. खेळाची एक विशिष्ट पॉलिसी राबविली होती. ज्या निवडक खेळांवर त्यांच्याकडे परंपरागत कौशल्य आहे, त्यांवर त्यांनी पकड मजबूत केली आणि इतरत्र हात-पाय मारले. उदा.— अश्वदौड. याबाबत तिथे राजघराण्यापासून सुरुवात होते. एक रौप्यपदक राणीच्या नातीने मिळविले. रोइंग, कनोइंग त्यात ही दर्यावर्दी मंडळी माहीर आहेत. उगाच यांनी समुद्र ओलांडून जगभर साम्राज

पसरवलं का? सायकलिंग ही इंग्लंडमध्ये फॅशन आहे. इंग्लंड तर युरोपातच आहे. ॲमस्टरडॅममध्ये लोकसंख्येपेक्षा जास्त सायकली आहेत. पण या फॅशनचा उपयोग करून त्यांनी सायकलिंग या खेळात अभूतपूर्व यश मिळविलं. आठ सुवर्ण, दोन रौप्य आणि दोन कांस्य— अशी बारा पदकं! मला आठवतं... पहिल्या रोडरेसमध्ये कॅव्हेंडिश हरला, तेव्हा निराश झालेले इंग्लंड मला आठवते. थेम्सच्या पाण्याची उंची नैराश्येचे अश्रू वाढवेल, असं वाटलं. मग विगिन्सने सुवर्णाची सुरुवात करून दिली आणि सायकलिंगमध्ये सोन्याचा धूर निघाला.

ह्या ऑलिम्पिकचं वैशिष्ट्य होतं अमेरिकेने पुन्हा वर्चस्व सिद्ध करणं. हे वर्चस्व सिद्ध करताना आपले बालेकिल्ले त्यांनी राखलेच आणि गेल्या काही वर्षांत ते इतरांच्या बालेकिल्ल्यांतही घुसखोरी करतायत. अमेरिकेने जी १०४ पदकं जिंकली— त्यांतली ६० पदकं त्यांनी जलतरण (३१ पदकं), ट्रॅक-फिल्ड (२९ पदकं) मध्ये जिंकली आहेत. त्यांच्या ४६ सुवर्णांमध्ये जलतरण (१६) आणि ट्रॅक (९) मिळून २५ पदके आहेत. ट्रॅक आणि फिल्डपैकी फिल्ड हे अमेरिकेचं तसं 'फिल्ड' नाही. थोडक्यात, धावणे आणि पोहणे यातील पदकंही आहेत. जिथे मूल चालायला शिकण्यापूर्वी पोहायला शिकतं तिथे जलतरणामधील राजसूय यज्ञ तसा नवा नाही. त्यात त्यांना सातत्यानं देवमासे शार्क वगैरे मिळत असतात. मार्क स्पिट्झ सर्वश्रेष्ठ वाटला की, फेल्प्स येतो. तो उताराला लागला, असं वाटत असताना तीन-चार सुवर्णपदकं घेऊन जातो. तोपर्यंत लॉकटीने देवमाशाचं रूप घेतलेलं असतं. तसंच समुद्रसपाटीवरच्या कृष्णवर्णीयांची फौज ट्रॅकच्या शर्यतीसाठी सतत तयार होत असते. तरी या वेळी बोल्ट, ब्लॅकने त्यांची सुवर्णपदकं पळविली आणि मग रिलेमध्ये बहामाने त्यांना धक्का दिला. अमेरिकेची जलतरण आणि ट्रॅकमध्ये एवढी दादागिरी आहे की, त्यांचे जे खेळाडू ऑलिम्पिक्समध्ये ट्रायलमध्ये क्वालिफाय होत नाहीत, तेसुद्धा कित्येक देशांचे जलतरणपटू किंवा ट्रॅक ॲथलिटपेक्षा बरेच वेगवान असतात. तसंच बास्केटबॉल, बीच व्हॉलिबॉल, टेनिस वगैरेमध्ये अमेरिकेचे राज्य आहेच.

त्यांनी हळूहळू जिम्नॅस्टिकवरची चीन आणि पूर्व युरोपियन देशांची पकड कमी करायला सुरुवात केली आहे. या वेळी तीन सुवर्णपदकांसह त्यांनी सहा पदकं जिंकली. १९७२ मध्ये रशियाच्या ओल्गा कोर्बुटची अदाकारी अनिमिष नेत्रांनी पाहणारी अमेरिका गॅब्रिएला डग्लस नावाची स्वतःची ओल्गा व मिरवेल

आणि ती चक्क कृष्णवर्णीय असेल, असं त्या वेळी वाटलं नव्हतं. अमेरिकेची मात्र डायव्हिंगमध्ये दादागिरी राहिलेली नाही. तिथे मागच्या काही ऑलिंपिक्सपासून चीनची दादागिरी गॉडफादरसारखी आहे. या वेळी अमेरिकेने चीनला मागे टाकलं असेल, पण हे न संपणारं आव्हान आहे. तिथली क्रीडासंस्कृती तिथला पोलादी पडदा असेपर्यंत बहरत राहणार. तिथे जबरदस्ती असेल, पण पूर्व जर्मनीसारखी डोपिंगवर भिस्त नाही. 'मॉडिफाईड मॅन आणि वूमन'ची भीती जगाला वाटते. थोडक्यात, डीएनएशी खेळ करणे वगैरे झाल्यास खेळाडूंमधील स्पर्धा संपेल. चीनची दादागिरी ही अशा खेळात आहे, तिथे अमेरिका आणि युरोपियन देश जास्त लक्ष देत नाहीत.

चीनला ३८ सुवर्ण, २७ रौप्य, २२ कांस्य मिळवून ८७ पदकं मिळाली. त्यांत बॅडमिंटन ५, डायव्हिंग ६, टेबलटेनिस ४, जलतरण ५, वेटलिफ्टिंग ५ अशी २५ सुवर्णपदकं त्याच पाच खेळांत आहेत. बॅडमिंटन, टेबलटेनिस हे भले इंग्लिश खेळ असतील, पण आता ते चीनला दत्तक गेले आहेत. चीनने १९५२ नंतर थेट ३२ वर्षांनी १९८४ च्या लॉस एंजलिस ऑलिम्पिकमध्ये भाग घेतला, तेव्हा त्या ऑलिम्पिक्सवर रशिया आणि त्याच्या पूर्व युरोपियन साम्यवादी मित्रांनी बहिष्कार टाकला होता. पण साम्यवादी चीन अमेरिकेच्या बाजूने उभं होतं. असं चीन— ज्याने १९५२ नंतर ऑलिंपिक्सवर बहिष्कार टाकला. कारण तैवान या कट्टर शत्रूला ऑलिम्पिक्समध्ये प्रवेश दिला होता. आता ना सोविएत साम्यवादी राहिलं, ना पूर्व युरोप.

चीन साम्यवादी आहे आणि खेळाच्या दुनियेत ताकदवान. त्यांनी त्यांच्या खेळाच्या पॉलिसीत दोन गोष्टी केल्या. एक म्हणजे, कमी लोकप्रिय खेळांवर भर द्यायचा आणि दुसरं म्हणजे, महिलांच्या स्पर्धांवर जास्त भर द्यायचा. कारण बऱ्याच देशांत महिलांच्या खेळासाठी आवश्यक फंडिंग मिळत नाही. — उदा. महिलांच्या वेटलिफ्टिंगचा सिडनी ऑलिम्पिक्समध्ये समावेश होणार, याची चीनला कुणकुण लागली ती १९९६ मध्ये. पक्कं ठरलं १९९८ मध्ये. तरीही १९९९ मध्ये क्रीडा अधिकारी चीनच्या विविध गावांत गेले. गावात का; तर शहरांपेक्षा आपल्या मुली सरकारच्या हाती सुपूर्द करणं गावच्या माणसाला जास्त सोपं जाईल, हा एक भाग. कारण त्यांना पैशाची चणचण जास्त असते. दुसरं म्हणजे, गावच्या मुलींचे हात दणकट, अंगात चपळता, एकंदरीत वेललिफ्टिंगसाठी लागणारी शरीरयष्टी त्यांच्याकडे असण्याची शक्यता जास्त. त्यांनी चार वर्षांत सुवर्णपदकं जिंकणारी टीम उभी केली. तिथे ऑलिम्पियनना वर्षाला साधारण ५

ते साडेपाच लाख रुपये दिले जातात. पण त्याचं जेवणखाण, घर, कपडेलत्ते, शिक्षण याचा खर्च सरकार करते. खेळ हा त्यांच्यासाठी छंद नसतो; ते चूल पेटविण्याचं आणि पोट भरण्याचं इंधन असतं.

आठवड्यातील सहा दिवस नोकरी केल्याप्रमाणे सराव करायचा, राहायचं डॉरमेटरीत. त्यांचा दिवस सकाळी ६ ला सुरू होतो. रात्री १०ला झोप म्हणजे झोप! त्यांना दौऱ्यांवरसुद्धा साईटसीइंग वगैरे प्रकार नाहीत. लिओ चुनहाँगने वेटलिफ्टिंगमध्ये दोन सुवर्णपदकं कमावली. ती अनेकदा युरोपात फिरली. तिला विचारलं, "आवडतं ठिकाण कुठलं?" तर ती 'पॅरिस' म्हणाली. कारण ती तेवढंच फिरू शकली होती. म्हणजे, तिने एफेल टॉवर पाहिला होता, तोही लांबून! एकदा तुम्हाला खेळाच्या घाण्याला जुंपलं की, तुमचं वैयक्तिक आयुष्य संपलं. दोन डायव्हर्स— एक मुलगा, एक मुलगी एकमेकांच्या प्रेमात पडली. दोघांना निर्दयपणे वेगळं केलं गेलं. एकाने खेळ सोडला, दुसरी खेळाच्या अवाढव्य 'मशिनरी'मध्ये अदृश्य झाली.

आपणही या वेळी प्रगती केली. मला लहानपणीचा शाळेतील वर्गातला एक किस्सा आठवतोय. मित्राला गणितात शून्य मार्क पडले. पुढच्या वेळी एक मार्क मिळाला. तेव्हा पेपर घेताना तो 'प्रगती झाली, प्रगती झाली' म्हणत बाकावर परतला. सर्व हसले.

आपली २००० मध्ये अशी प्रगती होती— शून्यावरून एक. ही होत-होत आता सहावर आहे. ब्रांझपदकंही एका मोठ्या मिरवणुकीचं कारण वाटतं. हे आपल्यासाठी आज ठीक आहे, पण आपण अल्पसंतुष्ट राहता कामा नये. आपली सुरुवात योग्य दिशेने आहे, पण त्याला वेग हवा. आपल्याकडेही आता प्रायव्हेट संस्था ऑलिम्पिक खेळाच्या मागे उभ्या राहत आहेत. पण त्या तेवढ्या पुरेशा नाहीत. पायाभूत सुविधांची गरज आहे. आपल्या देशात काही मंडळींकडे इतका पैसा आहे की, ते छोटे-छोटे देश विकत घेऊ शकतात. (त्यात मी राजकीय नवश्रीमंत धरत नाही.) त्यांतल्या काही मंडळींनी जास्त नाही, दहा खेळ दत्तक घ्यावेत आणि चीनप्रमाणेच लोकशाहीच्या पायावर उभं राहणारं खेळाच्या पॉलिसीचं मॉडेल तयार करावं. त्यात असे खेळ असावेत, ज्यांत आपल्याला परंपरागत गती आहे. आपलं हवामान, आपली शरीरयष्टी, आपलं खाणं-पिणं, आपली संस्कृती, याला पेलविणारे खेळ. अमेरिकन्स स्प्रिंटमध्ये दादागिरी करतात किंवा बोल्ट जगातील वेगवान मानव ठरतो म्हणून आपण ठरू शकू, असं नाही. शारीरिक ताकदीच्या पलीकडे जाऊन कोणी काही करू शकत नाही.

त्याचबरोबर विज्ञान हा आपला टॉर्च हवा. विज्ञानाच्या साह्याने लहानपणीच खेळाडू निवडायचे. त्यांच्या भावी जीवनाची जर पुरस्कर्ते जबाबदारी घेऊ शकले, तर खेळांकडे व्यवसाय म्हणून पाहणं अनेकांना आवडू शकेल. खेळ ही इंडस्ट्री झाली, तर निवृत्त खेळाडू पुन्हा नवे खेळाडू निर्माण करण्याचा भाग होऊ शकतात. अर्थात हे सर्व मी जे सांगतो, त्याला इंग्रजीत 'युटोपिया' म्हणतात. मला माहीत आहे की, या शंभर कोटींच्या देशात सुवर्णपदक मिळविणारे ५० खेळाडू नक्की असतील; पण त्यांना शोधणार कोण? मी डोळे उघडे ठेवून स्वप्नं पाहतोय. मग हे स्वप्न आपल्या देशातल्या दहा वॉरेन बफे किंवा बिल गेट्सनेही पाहिलं तर, ते खरं होणारं पहाटेचं स्वप्न ठरेल. आपल्याकडे बफे व बिल गेट्स आहेत, पण त्यांची वृत्ती नाही; तोपर्यंत सहा पदकं ही आपल्यासाठी भरीव प्रगतीची ठरणार.

❑❑